संतश्रेष्ठ ज्ञानदेव : जीवन आणि कार्य

वा. ल. मंजूळ
संतसाहित्य अभ्यासक व लेखक

श्री. वा. ल. मंजूळ भांडारकर प्राच्यविद्या संस्थेत प्रमुख ग्रंथपाल म्हणून, तर मराठी हस्तलिखित केंद्रात संचालक म्हणून कार्यरत होते. त्यांचे मूळ गाव पंढरपूर. वैदिक मुकुटमणि अहिताग्नि त्र्यंबकराज मंजूळ हे त्यांचे आजोबा, तर कीर्तनाचार्य ज्योतिर्विद बाबुराव तथा लक्ष्मण मंजूळ हे त्यांचे वडील. त्यांच्याकडे श्रीविठ्ठल मंदिरात पुराण सांगण्याची वतनदारी होती.

लोकमान्य विद्यालय पंढरपूर येथे त्यांचे शालेय शिक्षण झाले. महाराष्ट्र संगीत विद्यालय येथे गाण्याचे शिक्षण त्यांनी घेतले. त्यांचे पुढचे शिक्षण स. प. महाविद्यालय, पुणे विद्यापीठ येथे झाले.

डॉ. रा. ना. दांडेकर यांच्या आग्रहावरून भांडारकर प्राच्यविद्या संस्थेत चाळीस वर्षे (१९५९-९९) त्यांनी ग्रंथपाल म्हणून काम केले. या निमित्ताने अनेक देशी-विदेशी संशोधकांना साहाय्य करण्याची संधी त्यांना मिळाली.

महाराष्ट्र, गुजरात, मध्य प्रदेश, कर्नाटक या प्रांतांतून बारा हजार हस्तलिखिते संकलित व संस्थेकडे सुपूर्द करण्याचे काम त्यांनी केले.

मॉस्को, अमेरिका, जपान, मॉरिशस या देशांत झालेल्या महाराष्ट्र कल्चर अँड सोसायटी परिषदेत त्यांनी संतसाहित्यावर शोधनिबंधांचे वाचन केले.

महाराष्ट्र एज्युकेशन सोसायटीच्या 'विश्वभारत' केंद्राचे (१९९९-२००३) आणि मराठी हस्तलिखित केंद्राचेही ते मानद संचालक होते.

२००५पासून आजतागायत १५०० हस्तलिखितांचे संकलन त्यांनी केले आहे.

४००० हस्तलिखितांच्या नोंदींवर आधारित दोन सूचीखंडही त्यांनी प्रकाशित केले आहेत.

पुणे विद्यापीठ, टिळक महाराष्ट्र विद्यापीठ, वैदिक संशोधन मंडळ येथे हस्तलिखितशास्त्राचे ते मानद अध्यापक होते.

अखिल भारतीय कीर्तनकुल, फलज्योतिष अभ्यास मंडळ या संस्थांमध्ये अध्यक्षपद त्यांनी भूषवले आहे. शिवाजी विद्यापीठ, कोल्हापूर येथे संस्कृत अध्यापक समितीचे ते सदस्य (१९९०-९९) होते. चौदा पाठपुस्तकांचे सहसंपादन त्यांनी केले आहे.

ऋग्वेद भूषण, याज्ञवल्क्य भूषण, काण्वरत्न पुरस्कार, आस्थेवाईक ग्रंथपाल (ग्रंथाली, मुंबई), आदर्श ग्रंथपाल (पुणे मराठी ग्रंथालय), कोशकार केतकर (नगर वाचन मंदिर), भांडारकर प्राच्यविद्या संस्था आदर्श कर्मचारी, ज्येष्ठता साहित्यिक (मसाप) असे अनेक मानाचे पुरस्कार त्यांना मिळाले आहेत.

त्यांची तब्बल २६ पुस्तके प्रकाशित झाली आहेत आणि अनेक पुस्तकांना पुरस्कारही मिळाले आहेत.

संतश्रेष्ठ ज्ञानदेव

जीवन आणि कार्य

वा. ल. मंजूळ

सकाळ प्रकाशन

Santashreshtha Dnyanadev : Jeevan Ani Karya
© V. L. Manjul, 2022

संतश्रेष्ठ ज्ञानदेव : जीवन आणि कार्य

© वा. ल. मंजूळ, २०२२

प्रथम आवृत्ती	: एप्रिल, २०२२
द्वितीय आवृत्ती	: ऑक्टोबर २०२२
मुखपृष्ठ, मुद्रितशोधन	
व मांडणी	: यशोधन लोवलेकर
प्रकाशक	: सकाळ मीडिया प्रा. लि.
	५९५, बुधवार पेठ,
	पुणे ४११ ००२

ISBN	: 978-81-953649-3-0
संपर्क	: ०२०-२४४० ५६७८ / ८८८८८ ४९०५०
	sakalprakashan@esakal.com

कै. श्रीमान मधुकर रामराव यार्दी
(भारत सरकार अर्थखात्याचे सचिव,
भांडारकर प्राच्यविद्या संस्था, भारतीय विद्या भवन पुणे,
कीर्तन महाविद्यालय आळंदी या संस्थांचे अध्यक्ष,
संत ज्ञानेश्वर देवस्थानचे विश्वस्त आणि ज्ञानेश्वरीचे हिंदी-मराठी-इंग्रजी
भाषांतरकार, 'गीतामाय'चे लेखक)
ज्यांच्या मार्गदर्शनाखाली मी या संस्थांतून सेवा केली.
त्यांना सन्मानपूर्वक ही ग्रंथसेवा समर्पण

प्रस्तावना

'संतकथा' आणि 'संतचरित्र' या दोन्ही गोष्टी परस्परांपेक्षा गुणात्मकरीत्या भिन्न आहेत, हे सूक्ष्म वास्तव व्यवहारात बहुतेकदा एक तर नजरेआड केले जाते अथवा तसे अनवधानाने होते तरी. साहजिकच, संतकथांनाच यथावकाश संतचरित्रांची महत्ता प्राप्त होते. या सगळ्या प्रक्रियेद्वारे 'चरित्रकहाणी' नावाचा एक संकरित साहित्यवाण तयार होतो. परिणामी, संतप्रणित मूल्यांच्या डोळस आचरणाचा संस्कार मनावर घडण्याऐवजी संतकृत कथित चमत्कारांचे गारूडच समाजमानसावर तशा लेखनकृतींद्वारे अधिराज्य गाजवू लागते. मराठी भूमीतील संतपरंपरेच्या संदर्भात तर ही प्रक्रिया प्रदीर्घ काळापासून प्रबळ होत आलेली दिसते.

असाधारण कार्यकर्तृत्व संपादन केलेल्या लोकोत्तर विभूतिमत्त्वांच्या जीवनक्रमसंदर्भातील अधिकृत, विश्वसनीय आणि प्रमाणभूत दस्तऐवजीकरण झालेल्या संदर्भसाहित्याची वानवा, ही संतमाहात्म्यांच्या चरित्रलेखनाच्या क्षेत्रातील सर्वांत दुर्धर अशी अडचण निर्माण होते. संतविभूतींनी निर्माण करून ठेवलेल्या उदंड साहित्यात त्यांच्या व्यक्तिगत आयुष्यातील घटनाप्रसंगांचे निर्देश आढळत नसल्याने चरित्रसिद्धतेसंदर्भातील त्या अनमोल स्रोताची शक्यता मुळातूनच खुडली जाते. ज्ञानदेव-नामदेवरायांसारख्या विभूतिमत्त्वांच्या जीवनयात्रेसंदर्भात त्यांच्या समकालीनांनी काही नोंदी करून ठेवल्याचेही दिसत नाही. अथवा, तसा तपशील कोणा समकालिनाने टिपून ठेवलाच असेल, तर काळाच्या ओघात तो गडप झाला असावा, असे मानण्याखेरीज अन्य पर्यायच उरत नाही.

अशा वेळी मग आधार घ्यावा लागतो तो पूर्वकालीन संतमाहात्म्यांसंदर्भात लोकमानसाने जपून ठेवलेल्या व एका पिढीकडून दुसऱ्या पिढीकडे लिखित अथवा मौखिक परंपरेने संक्रमित झालेल्या कथागाथांचा. मात्र, अशा कथांच्या माध्यमातून नजरेसमोर येणाऱ्या संतजीवनदर्शनामध्ये 'चरित्रा'चा अंश किती आणि 'कहाण्यां'चा संभार किती, याचा अदमास बांधणे महाकठीण कर्म होऊन बसते. मराठी श्रद्धाविश्वाचा अविभाज्य घटक होऊन नांदणाऱ्या या भूमीतील वारकरी संतांच्या जीवनयात्रेचे महिपतीकृत शब्दांकन याच प्रकारात गणावे लागते.

आपल्या पुराणांच्या बाबतीतही नेमका असाच काहीसा प्रकार झालेला आहे. पुराणकथांमध्ये ग्रथित झालेल्या तपशिलातील अद्भुताच्या पल्याड दडलेला ऐतिहासिक सत्यांश नेमका कसा परीक्षून वेगळा करावा याचा काही एक वस्तुपाठ इतिहासाचार्य विश्वनाथ काशीनाथ राजवाडे आणि तर्कतीर्थ लक्ष्मणशास्त्री जोशी या दोन विद्वानांनी याआधी सिद्ध करून ठेवलेला आहे. विश्वसनीय अशा उत्तरकालीन संदर्भस्त्रोतांच्या चिकित्सक परंतु सश्रद्ध अभ्यासाद्वारे ज्ञानदेवादी संतविभूतींची साधार चरित्रे सिद्ध करण्याचा अक्षरश्रम, त्याच धर्तीवर, आजवर होत आलेला आहे.

प्राचीन भारतीय इतिहास, संस्कृती व परंपराविषयक संदर्भसाधनांचे ज्येष्ठ संकलक, परीक्षक, अभ्यासक आणि भारतविद्येच्या अंगोपांगांचे संशोधन-अध्ययन-अध्यापन निष्ठेने करणाऱ्या देश-विदेशातील अव्वल अभ्यासकांचे आधारस्तंभ व मार्गदर्शक प्रा. वा. ल. मंजूळ यांनी साक्षेपाने अक्षरबद्ध केलेल्या ज्ञानदेवांच्या प्रस्तुत चरित्रग्रंथाद्वारे ज्ञानदेवविषयक अभ्यासांच्या दालनात महत्त्वपूर्ण भर नव्याने पडते आहे. विशेष म्हणजे, ज्ञानदेवादी चारही भावंडे तसेच योगीराज चांगा वटेश्वर यांच्या सप्तशतकोत्तर रौप्य महोत्सवी समाधीप्रसंगाच्या आणि नामदेवरायांच्या सप्तशतकोत्तर सुवर्णमहोत्सवी जन्मवर्षाच्या स्मरणबिंदूवर प्रस्तुत दस्तऐवज संतपरंपरेच्या अभ्यासकांना व उपासकांना उपलब्ध होतो आहे, हा खरोखरच अपूर्व असा योगायोग ठरावा.

ज्ञानदेव आणि त्यांच्या वास्तवाने पुनीत झालेल्या आळंदी क्षेत्रसंदर्भात संशोधकीय प्रेरणा मनीमानसी बाळगणारे चिकित्सक अभ्यासक आणि ज्ञानदेवादी चारही भावंडांबाबत निखळ आदरभाव अंत:करणात वागवणारे श्रद्धाळू साधक अशा उभय प्रकृतींच्या जिज्ञासूंना प्रा. मंजूळ यांनी परिश्रमपूर्वक साकारलेल्या या ग्रंथाद्वारे विपुल असे वैचारिक खाद्य मिळत राहील. ज्ञानदेवचरित्रविषयक प्रकाशित-अप्रकाशित, गद्य-पद्य, मुद्रित-हस्तलिखित, ज्ञात-अल्पज्ञात, मराठी व संस्कृताबरोबरच देशी-विदेशी भाषांतील अनुवादित अशा बहुरंगी संदर्भसाहित्याचे श्रीमंत दालन प्रा. मंजूळ आपल्या पुढ्यात इथे खुले करतात.

केवळ इतकेच नाही तर, ज्ञानदेवांसंदर्भातील त्या मानाने अ-लक्षित आणि म्हणून अल्पज्ञात असे काही महत्त्वाचे ग्रंथ, हस्तलिखिते व दस्तऐवज कोणकोणत्या ग्रंथालयांमध्ये आजमितीस उपलब्ध होऊ शकतात याचा त्यांनी ग्रंथात मांडलेला आलेख विद्यमान तसेच भावी अभ्यासकांना-उपासकांना ऋणाईत करून ठेवणारा असाच आहे. भांडारकर प्राच्यविद्या संशोधन मंदिराच्या ग्रंथागारात निरलस आत्मीयतेने साधलेल्या ग्रंथसाधनेद्वारे समृद्ध आणि प्रगल्भ बनलेले प्रा. मंजूळ यांचे व्यक्तिमत्त्व ग्रंथाच्या अंतरंगामध्ये चहूअंगांनी बहरून प्रतिबिंबित झालेले आहे.

ज्ञानदेवविषयक अभ्यास, संशोधन आणि संदर्भसाहित्याच्या विश्वात, प्रा. मंजूळ यांनी सिद्ध केलेल्या ज्ञानदेवांच्या या नवीन चरित्राद्वारे पडणारी भर केवळ मौलिकच नव्हे तर वैशिष्ट्यपूर्ण शाबीत होते. लोकोत्तर कार्यकर्तृत्व संपादन केलेल्या विभूतींच्या जीवनयात्रेचा वेगवेगळ्या कालखंडांत नवनवीन अभ्यासकांनी शब्दबद्ध केलेला चरित्रवृत्तान्त संबंधित ज्ञानशाखेमध्ये नेहमीच बहुविध स्वरूपाची भर घालत असतो. पूर्वप्रकाशित साधनांच्या चिकित्सक आलोचनाद्वारे, चरित्रनायकाच्या जीवनातील लक्षणीय घटितांसंदर्भात काही एक अपूर्व अशी उपपत्ती मांडणे, हा ठरतो अशा अक्षरसाधनेच्या वैशिष्ट्याचा पहिला आयाम. चरित्रनायकाच्या जीवनप्रवासातील संदिग्ध पैलूंचा उलगडा नवोपलब्ध साधनांच्या प्रकाशित करण्याचा प्रयत्न करणे, ही ठरते अशा प्रयत्नांची दुसरी उपलब्धी. अ-लौकिक व अ-साधारण जीवनक्रम व्यतीत केलेल्या ज्ञानदेवांसारख्या महात्म्यांच्या आयुष्यातील लक्षणीय व चमत्कारांच्या श्रेणीत गणना केल्या जाणाऱ्या घटना-प्रसंगांबाबत सश्रद्ध चिकित्सेद्वारे जबाबदार प्रश्न उपस्थित करत त्या संदर्भातील अधिक अभ्यासाची गरज सूचित करणे, हे नव्याने लिहिल्या गेलेल्या कोणत्याही चरित्राचे ठरते, तिसरे महत्त्वाचे योगदान. तर, पूर्वोपलब्ध चरित्रांमध्ये अंतर्भाव नसलेले संदर्भस्रोत पुढ्यात मांडत चरित्रनायकाचे व्यक्तित्व आणि कर्तृत्व यांच्यासंदर्भातील संशोधनाचे नवीन प्रांत उजळणे, हा कोणत्याही नवलिखित चरित्राच्या वैशिष्ट्याचा ठरतो चौथा कोन. प्रा. मंजूळ यांनी सिद्ध केलेले प्रस्तुत ज्ञानदेवचरित्र या चारही अंगांनी मौलिक ठरते.

'ज्ञानेश्वरी', 'अमृतानुभव', 'चांगदेवपासष्टी', 'हरिपाठ' आणि संकीर्ण अभंग ही ज्ञानदेवांची साहित्यसंपदा विख्यात आणि सर्वपरिचित अशीच आहे. या व्यतिरिक्त, 'ज्ञानदेव' अशी नाममुद्रा मिरवणाऱ्या अन्य ४५पेक्षा अधिक ग्रंथ अथवा प्रकरण रचनांचा प्रा. मंजूळ यांनी या चरित्रग्रंथात सादर केलेला तपशील अनेकांगांनी लक्षवेधी ठरतो. प्रा. मंजूळ यांच्या व्यक्तिमत्त्वातील मायाळू दृष्टीचा आणि संशोधक वृत्तीचा साक्षेपी ग्रंथोपासक इथे स्पष्टपणे आपल्या पुढ्यात अवतरतो. प्रा. मंजूळ यांनी परिचय घडविलेल्या या रचना वेगवेगळ्या कालखंडातील आणि निरनिराळ्या पिंडप्रकृतीच्या अशा आहेत. त्यांच्यातील काहींबाबत पूर्वकालीन अभ्यासकांनी नोंदविलेले अभिप्रायही प्रा. मंजूळ नमूद करतात. त्यांतील अनेक रचना या 'ज्ञानेश्वरी'कार आद्य ज्ञानदेवांच्या नाहीत अथवा नसाव्यात असे अभ्यासकांचे अभिप्रायही तिथे सादर केलेले आहेत. ते काहीही असले तरी, 'ज्ञानदेव' अशी नाममुद्रा नमूद असलेले हे सगळे अक्षरसाहित्य, भागवतधर्मी संतपरंपरा आणि नाथसंप्रदाय यांच्याशी निगडित अनेक रोचक पैलूंसंदर्भात नजरेच्या टप्प्यात

आजवर न आलेले संशोधन प्रांत न्याहाळण्यासाठी जिज्ञासू अभ्यासकांना मुबलक प्रेरणाखाद्य पुरवितात हे मात्र निःसंशय. या ग्रंथांचे निर्मिक असणारे हे 'ज्ञानदेव' नेमके कोण, त्यांचा काळखंड कोणता, त्यांचे गाव व गणगोत कुठले, त्यांची कुळपरंपरा व पूर्वेतिहास काय व कोणता, त्यांची अन्य काही ग्रंथसंपदा आहे का, वारकरी आणि नाथ या अथवा अन्य संप्रदायांशी त्यांचे नाते काय व कसे जोडले गेले, 'निवृत्तिदास' असे अभिधान मिरविणाऱ्या आद्य ज्ञानदेवांनी रचलेल्या 'ज्ञानेश्वरी'शी अथवा ज्ञानदेवांच्या अन्य रचनांशी समकक्ष असणारे अथवा साधर्म्य सांगणारे शब्दसाहित्य सिद्ध करण्याची प्रेरणा त्यांना कोणामुळे व कशी मिळाली असावी... या व अशांसारख्या अन्य बाबींसंदर्भात सखोल संशोधन-अध्ययन करण्यास कोणी अभ्यासक प्रवर्तित झाल्यास मराठी प्रदेशातील संतपरंपरेच्या आजवर अज्ञात राहिलेल्या काही अंगांवर प्रकाश पडू शकेल.

'ज्ञानदेव' अशी नामखूण सांगणाऱ्या उत्तरकालीन रचनाकारांनी साकारलेल्या या ग्रंथसाहित्याचा परिचय घडवत असतानाच हे साहित्य कोणकोणत्या ग्रंथालयांमध्ये आजमितीस विराजमान आहे त्याचा तपशील पुरवत प्रा. मंजूळ यांनी चिकित्सक अभ्यासकांच्या वेळेची बहुमोल बचतच केलेली आहे.

मराठी समाज, संस्कृती, साहित्यपरंपरा, लोकजीवन, संतांचे विचारविश्व आणि एकंदरच भारतविद्या या ज्ञानप्रांतांमध्ये चिकित्सक जिज्ञासा असणाऱ्या विदेशी संशोधकांशी तसेच अभ्यासकांशी प्रस्थापित झालेला व्यावसायिक तसेच व्यक्तिगत अनुबंध हा प्रा. मंजूळ यांच्या व्यक्तिमत्त्वाचा एक आगळा पैलू होय. अभ्यासाच्या तसेच अध्ययन-अध्यापन-संशोधनाच्या निमित्ताने वेळोवेळी भारतामध्ये येत-जात राहिलेल्या अशा विदेशी अभ्यासकांनी आजवर जपलेल्या महाराष्ट्राभ्यासामध्ये प्रा. मंजूळ यांचे योगदान बहुविध स्वरूपाचे राहिलेले आहे. अशा अभ्यासकांपैकी ज्यांनी ज्यांनी ज्ञानदेव, ज्ञानेश्वरी, आळंदी, ज्ञानदेवांच्या नावावर जमा असणाऱ्या अन्य साहित्यकृती यांचा अभ्यास, त्यांबाबत संशोधन करण्यात बराच काळ व्यतीत केलेला आहे, ज्ञानदेवांच्या काही साहित्याचा विदेशी भाषांमध्ये अनुवादही प्रयासपूर्वक केलेला आहे अशांचा परिचय प्रा. मंजूळ एका स्वतंत्र प्रकरणामध्ये घडवितात.

अशा विदेशी अभ्यासकांच्या संशोधनाचे विषयप्रांत, त्यांनी केलेल्या अभ्यासाचे ढोबळ तपशील, अभ्यासासाठी त्यांनी निवडलेली पद्धती यांची प्रा. मंजूळ यांनी त्या प्रकरणात करून दिलेली तोंडओळख कोणाही सजग वाचकाची आणि अभ्यासकाची जिज्ञासा अधिक चाळवणारी अशी आहे.

विदेशी संशोधकांनी ज्ञानदेवविषयक आजवर केलेल्या अभ्यासांचाच चिकित्सक आणि विश्लेषक धांडोळा घेण्याचा एखादा बृहद्प्रकल्प कोणी हाती घेतला तर त्यासाठी आवश्यक असणाऱ्या पायाभूत संदर्भसाहित्याची खाणच जणू प्रस्तुत ग्रंथातील संबंधित प्रकरणाद्वारे प्रा. मंजूळ यांनी खुली करून ठेवलेली आहे. हे सारे विदेशी अभ्यासक नेमके कोण आहेत अथवा होते, महाराष्ट्राबाबत संशोधन करण्याची ऊर्मी अथवा प्रेरणा त्यांच्यात कशामुळे व कशी जागृत झाली, ज्ञानदेवविषयक कोणत्या पैलूंची निवड त्यांनी संशोधनासाठी वा अध्यापनासाठी केली, ती निवड करण्याची प्रक्रिया नेमकी कशी होती, संशोधनासाठी त्यांनी अंगीकारलेली अभ्यासपद्धती नेमकी काय होती, कोणते संदर्भसाहित्य त्यांनी आधारभूत मानले, विदेशी अभ्यासकांनी पूर्णत्वास नेलेल्या अशा संशोधनांचे निष्कर्ष काय आहेत, एतद्देशीय अभ्यासकांनी अशाच प्रकारच्या अभ्यासांद्वारे काढलेल्या निष्कर्षांशी त्यांची तुलना केल्यास काय चित्र दिसते... अशांसारख्या अनेकानेक रोचक बाबींवर अशा अभ्यासाद्वारे प्रकाश पडू शकेल. मराठी संतपरंपरेसंदर्भातील कोणते अभ्यासविषय देशी-विदेशी अभ्यासकांच्या आजवरच्या संशोधकीय परिश्रमांच्या चिमटीमधून सुटले आहेत याचा काहीएक आलेखही अशा उपक्रमाद्वारे नजरेपुढे येईल.

ज्ञानदेवांचे चरित्र सिद्ध करण्याच्या माध्यमातून ज्ञानदेव आणि 'ज्ञानदेवी'विषयी आजवर साकारलेल्या अभ्यासांचा आणि संशोधनांचा पट उलगडून मांडत असतानाच या क्षेत्रातील काही अल्पसंशोधित अथवा तुलनेने अ-लक्षित अभ्यासप्रांत सूचित करून प्रा. मंजूळ यांनी होतकरू आणि कसलेल्या अशा दोन्ही वर्गांतील अभ्यासकांसाठी मुबलक वैचारिक खाद्य रांधून मांडलेले आहे. आत्मीयतेने उमरभर जोपासलेल्या ग्रंथोपासनेद्वारे प्रा. मंजूळ यांनी साकारलेल्या प्रस्तुत ग्रंथाचे आगळे वैशिष्ट्य नेमके हेच होय.

– डॉ. अभय टिळक
मुख्य विश्वस्त, आळंदी देवस्थान

मनोगत

ज्ञानराज माझी योग्यांची माऊली । जेणे निगम वल्ली प्रकट केली ॥
गीता अलंकार नाम ज्ञानेश्वरी । ब्रह्मानंद लहरी प्रकट केली ॥
अध्यात्मविद्येचे दाविलेसे रूप । चैतन्याचा दीप उजळला ॥
छप्पन भाषेचा केलासे गौरव । भवार्णवी नाव उभारली ॥
श्रवणाचे मिसे बैसावे येउनी । सामराज्य भुवनी सुखी नांदे ॥
नामा म्हणे श्रेष्ठ ग्रंथ ज्ञानेश्वरी । एक तरी ओवी अनुभवावी ॥

संत नामदेवरायांनी ज्या योगिराजांच्या रचनेचे प्रचंड कौतुक केले, त्या महान संताच्या चरित्रावर आणि रचनांवर मी लेखन करावे असा योग मला सकाळ प्रकाशनाने मिळवून दिला, त्याबद्दल सकाळ प्रकाशनाचे सर्व अधिकारी व संपादकीय मंडळ यांचा मी ऋणी आहे. या ग्रंथाला आळंदीचे विश्वस्त डॉ. अभय टिळक यांची प्रस्तावना म्हणजे अपूर्व योग आहे. त्यांचे मनःपूर्वक आभार!

माझा जन्म क्षेत्र पंढरपूरचा. बालपणही तिथेच गेले. विठ्ठल मंदिरात नित्य पुराण-नारदीय कीर्तन सेवा करण्याची वतनदारी आमच्याकडे होती. त्यामुळे पालखी सोहळा, भक्तांची मंदिरे, रचना, वारकरी संप्रदाय या माझ्या आवडीच्या गोष्टी होत्या. पुण्याला आल्यावर भांडारकर प्राच्यविद्या संस्थेत ग्रंथपाल म्हणून काम करताना नाथ, भक्ती, शैव, वैष्णव या संप्रदायांची अनेक हस्तलिखिते पाहायला आणि वाचायला मिळाली. नंतर कै. मा. यार्दी यांच्या सहवासातून आळंदीच्या कीर्तन महाविद्यालयात अध्यापक म्हणून सेवा करता आली. डॉ. रा. ना. दांडेकर यांच्या आग्रेवरून अनेक विदेशी संशोधकांना विविध क्षेत्रे, परंपरा, दाखविण्यासाठी भ्रमंतीदेखील करावी लागली. त्यातून पंढरपूर, आळंदी, देहू, पैठण, मंगळवेढा, अरणभेंडी, कोल्हापूर, तुळजापूर अशी अनेक क्षेत्रे आणि तीर्थे यांची माहिती गोळा करून जवळजवळ दहाबारा पुस्तके प्रकाशित केली.

कोरोनाच्या काळात माझ्या स्वतःच्या ग्रंथालयातील साधनांच्या द्वारा मी सकाळ प्रकाशनासाठी दोन ग्रंथ पूर्ण केले. हे काम माझ्याकडून ऐश्वर्या कुमठेकर यांनी करवून घेतले, त्याबद्दल धन्यवाद!

- वा. ल. मंजूळ

अनुक्रमणिका

१

संत ज्ञानदेवांच्या चरित्राची
साधने व स्वरूप

महाराष्ट्राच्या बहुतेक तीर्थक्षेत्रांची माहात्म्ये अभ्यासकांसाठी आज उपलब्ध आहेत. विविध नद्या, दैवते, उपासनेच्या परंपरा, मूर्ती कथा, मंदिर रचना इत्यादी यांचा समावेश असलेले स्कंद पुराणातील 'सह्याद्रि खंड' या विषयात ज्येष्ठ-श्रेष्ठ साधन मानले जाते. श्री क्षेत्र पंढरपुरावर एकूण चौदा माहात्म्ये उपलब्ध आहेत. ही माहात्म्ये संस्कृत, मराठी, कानडी, तेलुगू अशा भाषांमध्येदेखील आहेत. तीर्थक्षेत्रांच्या माहात्म्याकडे आजवर 'भाकड-कथा' म्हणून पाहिले गेल्याने ही साधने आजवर वंचित राहिली. या उलट पाश्चात्त्यांनी अशा कथांद्वारा संशोधनाचा पाया घातला. हॉलंडचे प्रा. यान होंडा[१] यांनी अशा माहात्म्यग्रंथांना अभ्यासपरंपरेत मोठे स्थान दिले, महत्त्व समजावून सांगितले. त्यामुळे अशा धार्मिक स्थानांचा इतिहास आता अभ्यासाचा विषय होऊ लागला आहे. त्याचे उदाहरण म्हणून डॉ. रा. चिं. ढेरे यांचे *श्रीविठ्ठल : एक महासमन्वय* आणि डॉ. ॲन फेल्डहाउसचे *नदी आणि स्त्रीत्व* असे दोन ग्रंथ दाखवता येतील. त्या मानाने मराठी संत, त्यांची दैवते, साधनेची विविधता आणि संतपरंपरा यांचा शोध म्हणावा इतक्या समृद्ध स्वरूपात घेतला गेला नाही. संत ज्ञानदेवांचे चरित्र कथन करणारा *'आळंदी माहात्म्य सार'* मी नुकताच छापून प्रसिद्ध केला.

अलंकापुरी माहात्म्य हा संस्कृत ग्रंथ स्कंद पुराणाच्या सह्याद्रि खंडात अध्याय ६४मध्ये, ब्रह्मा-नारद संवादातून मांडला आहे. यामध्ये आळंदी पूर्वे तिहास, ज्ञानदेवादी भावंडांची चरित्रे दिली आहेत. ग्रंथाचे मराठीकरण *ज्ञानलीलामृत* या नावाने करून शके १८१७मध्ये (इ.स. १८९५) तो ओवीबद्ध स्वरूपात मांडला गेला. हा सदाशिव नावाचा ग्रंथलेखक मूळच्या संत ज्ञानदेवकालीन अंतोबा

---

१. प्रा. यान होंडा : मिडीव्हल रिलिजस लिटरेचर इन संस्कृत, वाईन बॅडेन, १९७७)

कुलकर्णी यांच्या वंशातला. माउली समाधीत प्रवेश करताना त्यांचा हात अंतोबांनी[२] आपल्या मस्तकावर ठेवून घेतला आणि समाधीपूर्वी ज्ञानदेवांना शिष्य लाभला. या सदाशिवाचे वंशज आजही आळंदीक्षेत्रात वास्तव्य करीत आहेत. हा ग्रंथ महत्प्रयासाने मराठी हस्तलिखित केंद्रात दाखल केला आहे. याचे एकूण अठरा अध्याय असून पृष्ठसंख्या २४६ इतकी आहे.

यात आळंदी क्षेत्राचा साडेसातशे वर्षांचा इतिहास लोकांना ज्ञात व्हावा, म्हणून रशियाच्या मॉस्कोमधील 'ओरिएंटल इन्स्टिटयूट'च्या अभ्यासिका डॉ. एरिना ग्लुश्कोवा या आळंदीतून एक ओवीबद्ध माहात्म्य मिळवून आणखी एक प्रयत्न करीत आहेत.

डॉ. एरिना यांना भारत इतिहास संशोधक मंडळात पोथीशाळेत संस्कृत 'अलंकामाहात्म्या'च्या पोथ्या मिळाल्या. मंडळाच्या सूचीत त्यांचा क्रमांक अनुक्रमे ४७ आणि १४१ असा आहे. हे माहात्म्य शके १७७९मध्ये (इ.स. १८५६) आप्पा जोशी वैद्य नावाच्या पंडितानी लिहिले आहे. एकूण १४४ श्लोकांचा हा ग्रंथ स्कंदपुराणाच्या एकसष्टाव्या अध्यायातील आहे. डॉ. एरिना यांनी डॉ. सुचेता परांजपे यांच्या सहकार्याने त्यावर एक सविस्तर लेख भांडारकर प्राच्यविद्या संस्थेच्या ॲनल्समध्ये काही वर्षांपूर्वी प्रसिद्ध केला आहे. त्या लेखाच्या प्रास्ताविकात इंग्रजीमधून 'अलंकामाहात्म्या'ची पूर्वपीठिका मांडली आहे. डॉ. सुचेता परांजपे भांडारकर प्राच्यविद्या संस्थेच्या संशोधिका आहेत. भारत इतिहास संशोधक मंडळातील 'अलंकामाहात्म्य' अभ्यासातून संशोधनात्मक प्रस्तावनेसह ॲनल्स खंड ७८मध्ये (१९९३) मूळ संहिता दिली आहे. त्याच अंकामध्ये डॉ. एरिना यांनी 'इन क्वेस्ट ऑफ आळंदी माहात्म्य' असा लेख लिहून आळंदी माहात्म्याच्या उपलब्धीवर प्रकाश टाकला आहे.

भारत इतिहास संशोधक मंडळाचे प्रा. ग. ह. खरे यांनी *श्री क्षेत्र आळंदी* नावाचा ग्रंथ भारत इतिहास संशोधक मंडळाद्वारे शके १८५३मध्ये (इ.स. १९३१) ग्रंथ प्रकाशित केला आणि त्यातून आळंदी आणि संत ज्ञानदेव यांच्या संबंधात माहिती दिली आहे.

पुणे शहरातील अभ्यासू इंजिनीयर स. के. नेऊरगावकर यांनी *श्री ज्ञानदेवांची आळंदी* असा ग्रंथ आळंदी देवस्थानातर्फे प्रसिद्ध केला. त्याची १९८८मध्ये तिसरी आवृत्ती प्रसिद्ध केली. नेऊरगावकर देवस्थानच्या सेवेत होते. त्यामुळे त्यांनी जे पाहिले, अनुभवले, ते त्यांनी ग्रंथात मांडले आहे.

---

२. आळंदीमाहात्म्य सार : सदाशिव कुलकर्णी

अंतोबा कुलकर्णी यांच्या वंशातले सदाशिव यांनी *आळंदी माहात्म्य* हा ग्रंथ तयार केला. त्याच वंशातल्या एकनाथ पंढरीनाथ कुलकर्णी यांनी *आळंदी माहात्म्य सार* नावाच्या ग्रंथामध्ये त्याचे सारूप वर्णन केले आहे. पुण्यातील चित्रशाळा प्रेसने १९६५मध्ये तो प्रसिद्ध केला.

त्यानंतर त्याच ग्रंथामध्ये अधिक भर घालून मी *आळंदीमाहात्म्य सार* नावाचा ग्रंथ २०२०मध्ये पुन्हा प्रकाशित केला.

आळंदी आणि ज्ञानदेवांच्या कुटुंबाविषयी माहिती देणारे आणखी एक माहात्म्य 'भारत इतिहास संशोधक मंडळा'त 'अलंकामाहात्म्य' नावाने हस्तलिखित स्वरूपात उपलब्ध आहे. (२२/४१४) त्यामध्ये क्र. १, ७, १३, १६, २७, ४५ व ४६ अशी सातच पाने उपलब्ध आहेत. हा ग्रंथ पुराण विषयाखाली नोंदवला असून त्याचा कर्ता बालमुकुंद केसरी नावाचा संतकवी आहे. हा केसरीनाथांचा शिष्य आहे. (परंपरा : ज्ञाननाथ - सत्यामलनाथ - गैबीनाथ - गुप्तनाथ - उद्बोधनाथ - केसरीनाथ - बालमुकुंद) या ग्रंथाविषयी मराठी वाङ्मयाचे इतिहासकार खानोलकर म्हणतात, 'कवी या संस्कृत माहात्म्याची रचना 'स्कंद पुराणान्तरे सह्याद्रि खंडे गुरुशिष्य संवादे' अशी आहे.' (पृ. २०४). ग्रंथाच्या उपलब्ध पृष्ठांत आळंदीचा उल्लेख अलका, आनंदवन, अलकावती, अलंका या नावांनी आढळतो. लेखकाने इंद्रायणीसच 'कौबेराख्य महानदी' म्हटले आहे. श्री. बा. जोग आणि डॉ. रा. चिं. ढेरे यांनी याचा अधिक अभ्यास केला आहे. ग्रंथ त्रुटित असल्याने रचनाकाराने अधिक काय मांडले आहे लक्षात येत नाही.

अलीकडेच *ज्ञानलीलामृत* म्हणजे *आळंदी माहात्म्य* याचे एक हस्तलिखित *बापरखुमादेविवरु* मासिकाच्या संपादकांना (वामनराज प्रकाशन) उपलब्ध झाले. त्यांनी त्या मासिकातून क्रमशः छापले आहे. काही कारणामुळे तो पूर्ण ग्रंथ लोकांसमोर आला नाही. या माहात्म्यात अध्यायानुसार विषय असे आहेत -

१. मंगलाचरण, श्री क्षेत्र आळंदी वर्णन

२. शिवाकडे कुबेर आश्रयार्थ आले; त्यांनी आळंदीला शिवलिंग स्थापन केले

३. नंदीला भगवान शिव यांनी क्षेत्राचा महिमा सांगितला; कुबेराच्या संपत्तीचे वर्णन, शिव-पार्वती यांनी आनंदवनी क्रीडा केली

४. पार्वतीने इंद्राला शाप दिला, तो जलरूप झाला, तीच इंद्रायणी

५. इंद्रायणी माहात्म्य, विष्णू उदरी जन्म घेणार असे कश्यप पति-पत्नीला वर

६.	देव जन्माला आले; निवृत्ती-ज्ञानदेव-सोपान-मुक्ताबाई, ध्वन्यर्थानि ब्रह्मदेवांनी नारदांना हे गुह्य सांगितले. 'विठ्ठल-रुक्मिणी' हे कश्यप पति-पत्नी

७.	विठ्ठलपंतांचे लग्न रुक्मिणीबाईंबरोबर, पंढरपूर-रामेश्वर दर्शन, आपेगावला गोविंदपंतांचे दर्शन

८.	आळंदीतील वास्तव्य, विठ्ठलपंतांनी संन्यास घेतला; रामानंदांनी सेवा करणाऱ्या रुक्मिणीबाईंना आशीर्वाद दिला. विठ्ठलपंत पुन्हा प्रपंचात

९.	समाजाने अवहेलना केली, चार बालके जन्माला आली.

१०.	ज्ञानदेवादि भावंडाचे चमत्कार, व्रतबंध अनुमतीसाठी भटकंती

११.	ज्ञानदेवांना उपदेश, ज्ञानसाधना, निवृत्तिनाथांना गहिनीनाथांकडून उपदेश

१४.	चारही भावंडे पैठण क्षेत्री, ज्ञानदेवांनी रेड्यामुखी वेद बोलविले; ब्राह्मण शरण आले.

१५.	ज्ञानदेवांनी स्वर्गस्थ पितरांना जेवू घातले, नंतर नेवाशाला आले. सच्चिदानंद बाबांची भेट, विठ्ठलपंत रुक्मिणीबाईंसह बदरीकाश्रमाला गेले.

१६.	पुणतांब्यास आगमन, भिंत चालवून चांगदेवांचे गर्वहरण, विसोबा खेचरांना निजरूप दाखवले.

१७.	सर्व सामान्यांच्या बोधासाठी ग्रंथरचना ज्ञानेश्वरी, अमृतानुभव, चांगदेव पासष्टी, हरिपाठ आदी ग्रंथांचे लेखन केले. संत नामदेवांबरोबर ज्ञानदेवांची तीर्थयात्रा

१८.	कलसाध्याय, चारही भावंडे क्षेत्र आळंदीत परतली, ज्ञानदेवांची संजीवन समाधी.

या ग्रंथाची 'पुष्पिका' (समाप्तीचा श्लोक) 'इतिश्री सह्याद्रि खंडे ब्रह्मा नारद संवादे ज्ञानलीलामृत (आळंदी माहात्म्य) ग्रंथ समाप्त' या ग्रंथामध्ये परंपरेपेक्षा काही नव्या गोष्टी, कालानुक्रमे शिला प्रेस, संस्कृत मराठी शके १८१७ पृष्ठसंख्या २४६, अशी आढळून येतात; (इति स्कंद पुराणे, सह्याद्रि खंडे अध्याय ९४) अंतोबा वंशज सदाशिवकृत मराठी ओवीबद्ध ग्रंथ समाप्त.

याशिवाय पंढरपूरचे संतकवी तुका विप्र (शके १६५१ - समाधी शके १७१४) मूळ नाव तुकाराम भगवंत विपट, एकनाथांच्या परंपरेतील दत्त सांप्रदायिक यांनी *ज्ञानेश्वर चरित्राख्यान* नावाचा ओवीबद्ध ग्रंथ अलीकडे प्रसिद्ध केला आहे. चरित्रात जीवनविषयक ढोबळ नोंदी आढळतात. जन्मकालाविषयी वेगळी नोंद केली आहे. हे हस्तलिखित शके १६९२मध्ये ब्रह्मपूरला रचले गेले.

संत एकनाथ महाराजांचे चरित्र त्यांचे समकालीन शिष्य केशवस्वामी यांनी लिहिले आहे. त्याची मराठी दोन हस्तलिखिते मराठी हस्तलिखित केंद्रात उपलब्ध आहेत. एक शके १७६९, तर दुसरे शके १७९२. त्यामध्ये नाथचरित्राच्या सोळाव्या अध्यायात नाथांनी श्रीक्षेत्र आळंदीचा घेतलेला शोध, संत ज्ञानदेवांच्या समाधीची भेट, अजानवृक्षाची मुळी दूर केली, मूळ ग्रंथ बाहेर आणून त्याद्वारे प्रचारातील तत्कालीन अपपाठ दूर केले. क्षेत्र आळंदी आणि ज्ञानदेवांच्या संजीवन समाधीची थोरवी सांगून चाकणच्या तहसीलदाराला आळंदी क्षेत्राचा विकास करण्याची विनंती केली असा मजकूर आहे. (संदर्भ : *कथा संत-पंथ-दैवतांच्या,* डॉ. वा. ल. मंजूळ)

याशिवाय संत ज्ञानेश्वर आणि क्षेत्र आळंदी यांविषयी आणखी साधनसामग्री शोधणे, ती प्रकाशात आणणे हा मराठी भाषिकांच्या, संतसाहित्य अभ्यासकांच्या जिव्हाळ्याचा विषय आहे.

धुळ्याच्या समर्थ वाग्देवता मंदिर ग्रंथालयात हरिहरकृत ज्ञानदेव चरित्र असल्याचे कळले. अद्याप पाहिले नाही. अलीकडे भीमा-भामा-इंद्रायणी संगमावर फुलगाव नावाचे एक खेडे आहे. तेथील मंदिरात 'ज्ञानेश्वर पंचरत्न' नावाचे हस्तलिखित प्राप्त झाले. त्यामध्ये संस्कृतात 'योगिराज ज्ञानदेव चरित्र आणि सहस्रनाम' पाहावयास मिळाले. पाचसहा वर्षांपूर्वी त्याचे संपादन करून मी छापले आहे.

या सर्व ग्रंथांतून ज्ञानदेवांचे चरित्र विविध प्रसंगांतून मांडले आहे. आपण या ग्रंथात जे सर्वार्थाने ग्राह्य आहे तेच मांडणार आहोत.

संतश्रेष्ठ ज्ञानेश्वरांवर अलीकडील काळात (सुमारे शे-दीडशे वर्षे) अनेक मराठी अभ्यासकांनी ज्ञानेश्वरांच्या चरित्रावर लेखन केले. त्यांपैकी काही महत्त्वाचे अभ्यासक आणि त्यांचे ग्रंथ पुढीलप्रमाणे :

१.   मा. दा. आळतेकर (श्री ज्ञानदेव चरित्रात्मक निबंध, १९४०)

२.   ज. र. आजगावकर (१९५७)

३.   गो. का. चांदोरकर (उद्बोधनाथकृत ज्ञानेश्वर चरित्र, १८३४)

४.   पां. ज्ञा. कुलकर्णी (ज्ञानेश्वर महाराज व इतर तत्त्ववेत्ते, १९२१)

५.	वि. भि. कोलते (हरिश्चंद्रगडावर ज्ञानदेव आणि नामदेव, १९६०)

६.	वा. दा. गाडगीळ (ज्ञानेश्वरांचे वडील विठ्ठलपंत, १९७१)

७.	धुंडामहाराज देगलूरकर (ज्ञानेश्वरी-सेवा गौरवग्रंथ, १९६६)

८.	ना. ब. जोशी (गीता चंद्रिका आणि एकनाथ प्रतिशुद्ध ज्ञानेश्वरी प्रत, १९६९)

९.	म. रा. जोशी (विदर्भातील मारकीनाथ पंथातील ज्ञानेश्वरी प्रत)

१०.	म. रा. जोशी (श्री ज्ञानेश्वर चरित्र संशोधन, १९७४)

११.	म. रा. जोशी (ज्ञानेश्वरी पाटांगण परंपरा एक अध्ययन, १९७३)

१२.	लक्ष्मणशास्त्री जोशी (ज्ञानदेवे रचिला पाया, १९७६)

१३.	रा. चिं. ढेरे (ज्ञानदेवांच्या दोन परंपरा, १९७२)

१४.	शं. गो. तुळपुळे (पाच संतकवी, १९६२)

१५.	शं. वा. दांडेकर (श्री ज्ञानदेव चरित्र-ग्रंथ-तत्त्वज्ञान, १९३२)

१६.	शं. वा. दांडेकर (ज्ञानदेव व प्लेटो)

१७.	निरंजन माधव (ज्ञानेश्वर विजय, १६८७)

१८.	ल. रा. पांगारकर (ज्ञानेश्वर दर्शन, १९३२)

१९.	म. प. पेठे (ज्ञानदेव वाङ्मय सूची, १९६८)

२०.	शं. दा. पेंडसे (ज्ञानदेव आणि नामदेव, १९६९)

२१.	न. शे. पोहनेरकर (ज्ञानेश्वर जन्मस्थळ - काल, १९७१)

२२.	न. र. फाटक (श्री ज्ञानेश्वर चरित्र आणि कार्य, १९५२)

२३.	श्री. र. भिंगारकर (महासाधू ज्ञानेश्वर चरित्र - काल, १९००)

२४.	महिपति ताहराबादकर (ज्ञानेश्वर चरित्र - भक्तविजय, शके १६६४)

२५.	सुधीर भोंगळे (कैवल्याचा सोनपिंपळ - राष्ट्रवादी २०१६)

२६.	श्रीधरदास (ज्ञानदेव चरित्र)

२७.	सत्यामलदास (ज्ञानेश्वरी चरित्र)

मराठीत अशा प्रकारच्या एकूण ६५ नोंदी चरित्रविषयक सापडतात. अलिकडेच डॉ. रा. श्री. मोरवंचीकरांनी *समाधीतील स्पंदने* (२०१९) हा संशोधनात्मक ग्रंथ प्रसिद्ध केला आहे. तर पू. शांताराम कवडे (दादा) यांनी *लघुग्रंथत्रयी* आणि *लघुग्रंथ सप्तक* असे दोन ग्रंथ श्री ज्ञानदेवांच्या रचनांवर लिहिले आहेत.

इंग्रजीमधील काही महत्त्वाचे ग्रंथ असे :

१. बेलवलकर आणि रा. द. रानडे (*एज ऑफ ज्ञानदेव*)

२. विल्यम डॉडरेट (*ग्रामर ऑफ ज्ञानेश्वरी*)

३. जे. एफ. एडवर्ड (*ज्ञानेश्वर : द आऊटकास्ट ब्राह्मिन*)

४. शं. दा. पेंडसे (*ज्ञानेश्वर अँड हिज फिलॉसॉफी*)

याप्रमाणे ज्ञानदेवांच्या चरित्रावर सुमारे सोळा इंग्रजी ग्रंथ उपलब्ध आहेत. शोध घेतल्यास अजूनही चरित्रग्रंथ, हस्तलिखिते, ग्रंथ, लेख अशा स्वरूपात पाहावयास मिळतील. मराठीतील संतांच्या चरित्रावर एवढी प्रचंड सामग्री उपलब्ध असणे हे संत ज्ञानदेवांच्या लोकप्रियतेचा मानदंडच म्हणावा लागेल.

★ ★ ★

संत ज्ञानदेवांची समाधी

२

माता-पिता आणि चारही भावंडांचा जीवनेतिहास

सुरुवातीला एक गोष्ट मान्य करावी लागते ती म्हणजे महापुरुषांच्या चरित्रामध्ये अनेक वेळा संशोधनातून वाद निर्माण केले जातात. आणि त्यांच्या पुष्टीसाठी विद्वान अनेक दाखले देत राहतात. त्यामुळे सामान्य वाचकाची अवस्था अवघड होते. चरित्रामध्ये वादांच्या मुद्द्यांमध्ये एक साम्य आढळते ते म्हणजे वाद स्थळ, काल, वंश आणि कर्तृत्व या विषयांभोवती फिरत राहतो. ज्ञानदेवांच्या लोकप्रियतेमुळे त्यांच्या चरित्रातही असे मुद्दे आले आहेत. उदाहरणार्थ, ज्ञानदेवांचे जन्मस्थान पैठण तालुक्यातील आपेगाव की आळंदी, असा वाद निर्माण झाला. त्यातून दुसरी गोष्ट म्हणजे, आपेगावच जन्मस्थान असेल, तर ते ज्ञानदेवांचे की विज्ञानेश्वरांचे आपेगाव? नामसादृश्यामुळे भौगोलिक गफलत होऊ शकते.

लोकमानसात ज्यांच्या जीवनाचे अखंड अधिष्ठान आहे, अशा संतश्रेष्ठीबद्दल संशोधनाचा आधार घेऊन काही विपरित मत मांडणे अन्यायदर्शक असते. 'लोकेतिहासामध्ये साधनांचा अभाव आणि उपलब्ध साधनांतील सत्य यांचे ऐक्य साधणे हा एक दिव्य प्रकार आहे,' असे मत प्रा. रा. श्री. मोरवंचीकरांनी त्यांच्या *समाधीतील स्पंदने* या ग्रंथात मांडले आहे. म्हणूनच या ग्रंथात आपण लोकस्वीकृत चरित्राचा स्वीकार केला आहे. अवास्तव गोष्टींची केवळ नोंद केली आहे. तरीही ज्ञानदेवाच्या चरित्रासोबत 'कवि ज्ञानदेव', गोमंतकातील 'ज्ञानदेव', 'ज्ञानदेव निरंजन', 'ज्ञानदेव पंडित', 'कवि ज्ञानबोध', 'ज्ञानाबाई', 'ज्ञानानंद' अशी यादी ज्ञानेश्वरांच्या नावाशी साधर्म्य दाखविणारी संतमंडळी साहित्याच्या इतिहासात मिळतात. आपण भगवद्‌गीता-भाष्य (भावार्थ दीपिका) ज्ञानेश्वरीकार ज्ञानेश्वर माउलींचाच या चरित्रात विचार करणार आहोत.

संत तुकारामांनी ज्ञानदेवांचा उल्लेख अपूर्व केला आहे :

'ज्ञानियांचा राजा, गुरू महाराव। म्हणती ज्ञानदेव तुम्हा ऐसे।।'

आणि कालांतराने त्यांनीच ज्ञानदेवांना 'माउली' संबोधले आहे. वारकरी संप्रदायात ज्ञानदेव 'माउली' म्हणूनच ओळखले जातात.

ज्ञानदेवांची वंशावळ अशी आहे :

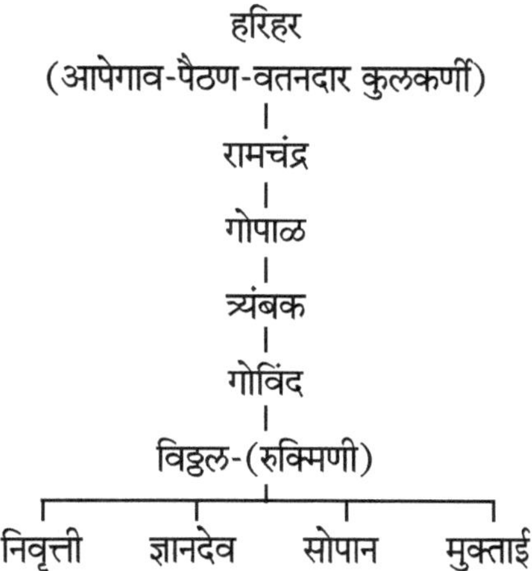

ज्ञानदेवांची कुंडली

ज्ञानदेवांच्या कुंडलीचा अभ्यास करावयास मिळावा अशी इच्छा पुण्यातील काही अभ्यासकांनी व्यक्त केली. आळंदी देवस्थान आणि ज्ञानेश्वर अध्यासन यांच्या आयोजनातून मार्च, २००७मध्ये भारत इतिहास संशोधक मंडळात व्याख्याने झाली. माझी माउलींची सेवा असल्याने आणि ज्योतिष मंडळाचा मी अध्यक्ष असल्याने या कार्यक्रमाचा अध्यक्ष मी होतो. खरे तर, भूत-वर्तमान-भविष्य यांपलीकडच्या या विभूतींना कुंडलीच्या चौकटीत कशाला बसवायचे; परंतु, त्यानिमित्ताने ज्ञानदेवांच्या जन्मतिथीवर चर्चा होणार म्हणून मान्यता दिली.

१. कुंडलीचा मुख्य आधार जन्मकाळ, वेळ, स्थान हे असते. संत नामदेवांनी म्हटले आहे, ''अधिक सत्त्याण्णव, शके अकरा शती, श्रावण मास, तिथी कृष्णाष्टमी, वर्षाऋतु, युवनाम संवत्सरे.'' ही माहिती अभंगातून मिळते. म्हणजेच १५ ऑगस्ट, १२७५च्या मध्यरात्री (म्हणजे शके ११९७, युवा संवत्सरे, श्रावण वद्य अष्टमी, गुरुवार रात्री ११-१२च्या सुमारास) त्यांचा जन्म झाला. यावर मतमतांतरे आहेत.

१. निवृत्तिनाथांचा जन्म शके ११९० आणि माउलींचा जन्म शके ११९३मधील आहे, असे मत वि. ल. भावे यांनी मांडले आहे.

२. अहमदनगर येथील इतिहास संशोधक मंडळात 'ज्ञानसंभव' नामक हस्तलिखितात कार्तिक वद्य एकादशी, शके ११९० रोजी आळंदीत जन्म झाला असे म्हटले आहे.

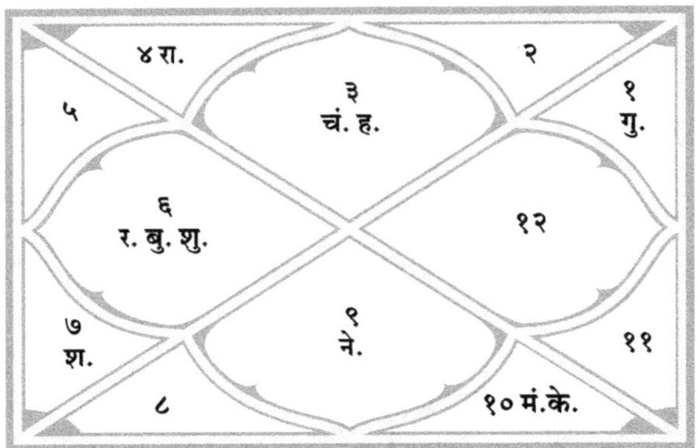

कै. पांगारकरांच्या चरित्रातून शके ११९७ची कुंडली

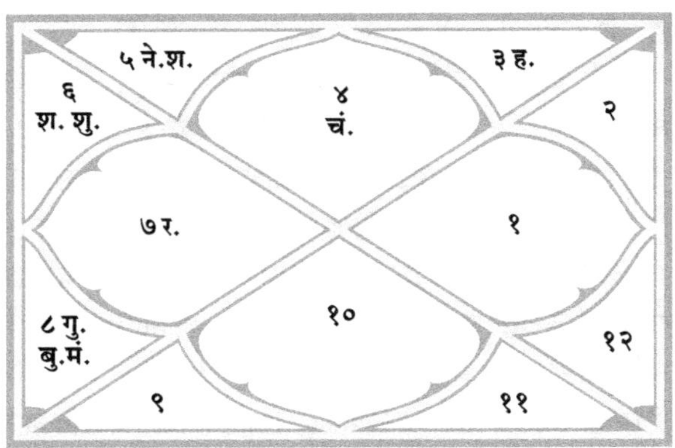

नानासाहेब मिरीकर यांच्या संग्रहातील शके ११९३ची कुंडली

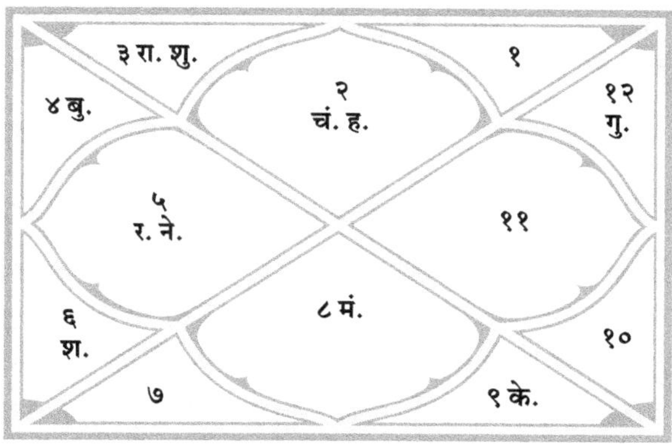

कै. ज. स. करंदीकरांनी मांडलेली कुंडली

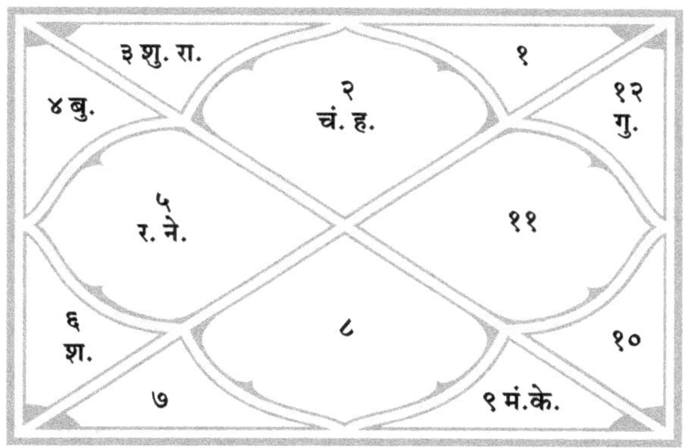

अलीकडील ज्योतिषी पं. व. दा. भट यांनी मांडलेली कुंडली

याप्रमाणे जन्मकालावरून विविध विद्वानांनी मांडलेल्या कुंडल्या आणि त्यावरचे फलित त्या कार्यक्रमात अनेक ज्योतिषांनी व्यक्त केले. माउलींच्या पत्रिका करणाऱ्यांना मी म्हटले, ''अलौकिक व्यक्तिमत्त्वाच्या विभूतीचे मूल्यमापन व्यावहारिक पद्धतीने करावे की नाही हा वादाचा विषय आहे. पत्रिकेवरून त्यांच्या जीवनातल्या घटना पाहू नयेत. थोरांचा थोरपणा अबाधित राहावा.''

चारही भावंडाचे मान्य जन्मकाळ असे :
- निवृत्तिनाथ शके (११९५) (माघ वद्य प्रतिपदा शके ११९०)
- ज्ञानेश्वर (शके ११९७ : श्रावण वद्य अष्टमी)

- सोपान (शके ११९९, कार्तिक शुद्ध पौर्णिमा - समाधी मार्गशीर्ष शके १२१८)
- मुक्ताबाई (शके १२०१) अश्विन शुद्ध प्रतिपदा. काहींच्या मते त्यांचा जन्म शके ११९९मधील आहे.

ज्ञानदेव जन्म शके ११९७ श्रावण वद्य अष्टमी (इ.स. १२७५) आणि समाधी काल शके १२१८ कार्तिक वद्य त्रयोदशी, अशी नोंद मान्य आहे.

ज्ञानदेवांचे पणजोबा त्र्यंबकराव कुलकर्णी (जावळे) हे पैठणपासून दहा किलोमीटर अंतरावर असलेल्या आपेगावचे वतनदार कुलकर्णी होते. गोदावरी नदीच्या किनाऱ्यावर, उत्तर दिशेला असलेले आपेगाव आजही निसर्गरम्य भासते. त्यांचा वंश असा : हरिहर कुलकर्णी - रामचंद्र - केशव - गोपाळ - त्र्यंबक - गोविंद - विठ्ठलपंत - निवृत्ती-ज्ञानदेवादी भावंडे! हे कुलकर्णी घराणे शुक्ल यजुर्वेदी माध्यंदिन शाखेचे ब्राह्मण होत.

या घराण्याचे हरिपंत कुलकर्णी शके १०६०च्या (इ.स. ११३८च्या) सुमारास आपेगावचे कुलकर्णीपद पाहत असत. त्यांना रामचंद्र व केशव हे दोन मुलगे आणि मोहना ही मुलगी अशी तीन अपत्ये झाली. मोहना देवगडच्या नरहरपंत माचवे यांना दिली होती. केशव मौंज झाल्यावर एक वर्षाने, बालपणीच वारला. वडील हरिपंत गेल्यावर त्यांचे पुत्र रामचंद्रपंत आणि नंतर त्यांचे पुत्र गोपाळ कुलकर्णी यांनी कुलकर्णीपद चालवले. गोपाळपंतांचे पुत्र त्र्यंबकपंत हे यादव राजांच्या नोकरीत होते. त्यांनी पाच वर्षे बीड प्रदेशाच्या अधिकाऱ्याचे काम केले. त्र्यंबकपंतांना गोविंद आणि हरि असे दोन पुत्र होते. सिंघण या यादव राजाकरता लढताना हरिपंत धारातीर्थी पडले. त्यामुळे त्र्यंबकपंतांस वैराग्य आले. त्यांनी गोरक्षनाथांचा अनुग्रह घेतला.

संत नामदेवांनी समाधी प्रकरणातील अभंगात 'त्र्यंबकपंत मूळ पुरुष व त्यांची समाधी आपेगावी आहे' असे म्हटले आहे. त्र्यंबकपंतांचे ज्येष्ठ पुत्र गोविंदपंत आणि त्यांची पत्नी नीराई, जी पैठण येथील कृष्णाजी पंत देवकुळ्यांची बहीण होती, यांना नाथपंथी गहिनीनाथांनी उपदेश दिला होता. गोविंदपंतांना वयाच्या पंचावन्नाव्या वर्षी पुत्र झाला. त्याचे नाव विठ्ठल. संत नामदेवांच्या 'श्री ज्ञानेश्वरांची आदि' या अभंग प्रकरणाप्रमाणे गोविंदपंत आणि नीराई हे दोघे वैराग्यसंपन्न आणि वेदान्तशास्त्रसंपन्न होते. शिवाय ते पंढरीच्या विठ्ठलाचे भक्त होते, म्हणून त्यांनी आवडीने मुलाचे नाव 'विठ्ठल' ठेवले.

उपनयनानंतर विठ्ठलपंतांनी वेद, व्याकरण, काव्य, विविध शास्त्रे यांचे अध्ययन केले. ऐन तारुण्यातच वैराग्य, भक्ती, ज्ञान निर्माण होऊन विठ्ठलपंतांनी मातापित्यांकडे

तीर्थयात्रेला जाण्याची अनुमती मागितली. वयोवृद्ध गोविंदपंतांनी नाइलाजाने त्यांना अनुमती दिली. त्यांनी पाच वर्षांत काशीपासून प्रभास, सोरटी सोमनाथ, त्र्यंबकेश्वर, भीमाशंकर आदी तीर्थक्षेत्रे पाहिली.

नामदेवराय म्हणतात :

येऊनी अलंकावती केला क्षेत्रवास।

देऊनी चित्तास समाधान।।

नित्य हरिकथा नामसंकीर्तन।

संतांचे दरूशन सर्वकाळ।।

पंढरीची वारी आषाढी-कार्तिकी

विठ्ठल एकाएकी सुखरूप।।

शेवटी ते आळंदीस आले. सिद्धेश्वराच्या दर्शनाच्या ओढीने त्यांचा मुक्काम आळंदीस पडला. आळंदीत इंद्रायणी स्नान, सिद्धेश्वर दर्शन आणि साधना करणारा तो तेजःपुंज तरुण आळंदीचे कुलकर्णी सिद्धोपंत यांनी पाहिला. तो एकटाच असल्याने सिद्धोपंतांनी मोठ्या प्रेमाने त्याला आपल्या घरी वास्तव्यास नेले. सिद्धोपंतांना एक कन्या होती. ती या तरुणास देऊन कुलकर्णीपद त्यावर सोपवावे असे त्यांच्या मनात आले. एक रात्री श्रीविठ्ठलाने त्यांच्या स्वप्नात येऊन मनातली इच्छा पुरी करण्यास सांगितले. सिद्धोपंतांनी हा विचार आपल्या पत्नीला सांगितल्यावर पत्नी उमाबाईंनाही ती कल्पना आवडली. त्याच दिवशी तुळशी वृंदावनाच्या कट्ट्यावर विठ्ठलपंत झोपले असता पांडुरंगाने त्यांच्या स्वप्नात येऊन 'सिद्धोपंतांची कन्या रुक्मिणीचा पत्नी म्हणून स्वीकार कर; कारण तिच्या पोटी भक्ती-ज्ञान-वैराग्याने परिपूर्ण अशी चार अपत्ये जन्मणार आहेत' असा दृष्टान्त दिला. विठ्ठलपंताने आपले स्वप्न सिद्धोपंतांना सांगितले. विठ्ठलपंत आणि रुक्मिणी यांचा विवाह आळंदीत थाटात साजरा झाला. मात्र या विवाहाला विठ्ठलपंतांचे माता-पिता हजर असल्याचा उल्लेख सापडत नाही.

विवाहानंतर विठ्ठलपंत पंढरपूरच्या यात्रेला सपत्नीक निघाले. सिद्धोपंतही पत्नीसह श्रीविठ्ठलाच्या यात्रेला कृतज्ञता व्यक्त करण्यासाठी निघाले. पंढरपुरास आले, त्या वेळी पंढरपूरची आषाढी वारी होती. म्हणजे विठ्ठलपंतांचे लग्न ज्येष्ठ महिन्यात झाले असावे. दोन्ही कुटुंबांनी यात्रेचा सोहळा, विठ्ठलदर्शन, प्रसाद घेऊन परतीचा विचार केला. परंतु विठ्ठलपंतांना दक्षिण भारतातील क्षेत्रांची यात्रा करायची होती. जावयाने आळंदीस येऊन लेकीचा संसार आणि आपला कारभार सांभाळावा असे सिद्धोपंतांना वाटले. विठ्ठलपंत श्रीशैल, तिरुपती, अरुणाचल, चिदंबर, मदुराई

करून रामेश्वरला पोहोचले. लग्नापूर्वी रामेश्वर यात्रेचा त्यांचा संकल्प होता, तो पूर्ण केला. परत येताना गोकर्ण, हाटकेश्वर, कोल्हापूर, कृष्णातीरचे कन्हाड, माउली करून आळंदीस परतले.

आता विठ्ठलपंतांना मातापित्यांच्या भेटीची ओढ लागली. दोघेही आपेगावला परतले. व्याह्यांच्या भेटीच्या निमित्ताने सिद्धोपंत आणि उमाबाईही आपेगावला आले. मातापित्यास आनंद झाला. सुनेला पाहून त्यांचे डोळे भरून आले. काही दिवस हे सर्व पाहुणे गोविंदपंत आणि नीराबाई यांचा पाहुणचार स्वीकारून आनंदाने आळंदीस परतले. वृद्ध मातापित्यांची ही एकमेव आशा होती. सर्वांच्या भेटीनंतर गोविंदपंत-नीराबाई वृद्धापकाळाने मरण पावले. विठ्ठलपंतांनी त्यांचे दिवस-पाणी केले आणि श्वशुरांच्या इच्छेवरून आळंदीला आले. मनात सतत दुःख दाटत होते. वृद्ध मातापित्याला आपण सांभाळले नाही ही चूक झाली असे त्यांना वाटत होते. त्यांनी परमेश्वराची क्षमा मागितली. त्यानंतर विठ्ठलपंत विरक्त झाले. संसारात त्यांचे लक्ष नव्हते. आळंदीत हरिकीर्तन, नामसंकीर्तन रोज चालायचे. संसारात त्यांना गोडी राहिली नव्हती. सिद्धोपंतही लेकीची अवस्था पाहून दुःखी होत. सासऱ्यांची तेवीस गावांची वतनदारी आणि सावकारी विठ्ठलपंत पाहू लागले.

संन्यासाश्रमात प्रवेश आणि गुर्वाज्ञेने पुन्हा गृहस्थाश्रम

सातआठ वर्षे अशीच गेली. रुक्मिणीच्या पदरात बालकाची मूर्ती पाहण्याची सर्वांची इच्छा होती. ती काही केल्या पुरी होईना. सरकारी कारभार सांभाळताना विठ्ठलपंतांना पुन्हा वैराग्य येऊ लागले. मुलाशिवाय संन्यास घेऊ नये अशी रुक्मिणीची इच्छा होती. तिने सिद्धोपंतांकडून ती इच्छा पतीच्या कानावर घातली; पण विठ्ठलपंतांचा संन्यास घेण्याचा ध्यास सुटेना. पुत्रप्राप्तीसाठी रुक्मिणीदेवी सिद्धेश्वराची आराधना, नामस्मरण, उपवास वगैरे करीत. एकदा पत्नी अशीच नामस्मरणात मग्न असताना संन्यास स्वीकारण्याचा होकार घेऊन विठ्ठलपंत घरदार, आळंदी सोडून बाहेर पडले. (पैठण येथे ज्ञानदेवादी भावंडांना शुद्धिपत्र देताना बोपदेवांनी असे म्हटले आहे की, विठ्ठलपंतांनी पत्नी निद्रेत असताना होकार घेऊन संन्यास स्वीकारण्यासाठी रात्रीच घर सोडले.)

बोपदेवकृत शुद्धिपत्रात म्हटले आहे की, 'विठ्ठलपंत वाराणसीला गेले आणि तेथील एका प्रसिद्ध संन्यासी महंताकडून संन्यास दीक्षा घेतली.' या संन्यासी महंतांचे नाव नामदेवरायांनी दिलेले नाही. केवळ 'श्रीपाद' म्हणून निर्देश केला आहे. तसे पाहिले तर संन्यासी व्यक्तीचा निर्देश आदरार्थी वचनाने 'श्रीपाद' म्हणून केला जातो

असे 'यतिधर्म संग्रह' या धर्मग्रंथामध्ये म्हटले आहे. उद्धवचिद्घन यांनी आपल्या 'श्री ज्ञानेश्वर चरित्र' या ग्रंथात विठ्ठलपंतांचा उल्लेख संन्यासी गुरूचा 'नृसिंहाश्रम' असा, तर बोपदेवांनी शुद्धिपत्रात 'रामानंद' असा केला आहे. (हे रामानंद कबीरकालीन नव्हते.) तरीही वाराणसीला विठ्ठलपंतांना संन्यास दीक्षा चैतन्य आश्रमाच्या रामानंद स्वामींनी दिली. या क्षेत्रात स्वतःचे कर्तृत्व सिद्ध करून गुरूच्या अनुपस्थितीत विठ्ठलपंत 'चैतन्यानंद स्वामी' म्हणून ओळखले जाऊ लागले. विठ्ठलपंत संन्यास घेऊन चैतन्य आश्रम सांभाळीत असताना इकडे त्यांचे गुरू रामानंद स्वामी यात्रा करीत अचानक आळंदीत येऊन पोहोचले.

आपला पती परत यावा या हेतूने पतिविरहिणी रुक्मिणीबाई सिद्धेश्वर मंदिराच्या आवारामधील पिंपळाला रोज सहस्र प्रदक्षिणा घालीत. स्वामींना मंदिरात पाहून रुक्मिणीबाई दर्शन घेण्यास गेल्या. रामानंदांनी 'अष्टपुत्रा सौभाग्यवती भव' असा पारंपरिक आशीर्वाद दिला. रुक्मिणीदेवी दुःखी झाल्या, गहिवरल्या आणि नंतर पती परांगदा झाल्याची माहिती त्यांनी दिली.

नामदेवराय म्हणतात :

पुत्रवति होई दिधला आशीर्वाद। रखुमाईसी विनोद वाटियला।।

माते तू हाससी श्रीपाद पुसती। स्वामी पुत्र कैसी होती पतीविण।।

भ्रतारे जाऊनी घेतला संन्यास। स्वामीच्या वचनास न लागे बोल।।

पुसता खाणाखुणा निश्चय जाणला।

आपला आशीर्वाद न स्वीकारता ही पतिव्रता दुःखी का झाली हे रामानंदांना समजेना. पतीने संन्यास घेतल्यावर संतती कशी होणार सांगितले असे रुक्मिणीबाईंनी विचारले. रुक्मिणीबाई म्हणाल्या, "मला या जन्मात संतान होणार नाही. त्यामुळे आपण तपःसामर्थ्याने दिलेला आशीर्वाद परत घ्यावा." तेव्हा रामानंदांना दुःख झाले. त्यांनी रुक्मिणीबाईंकडे त्यांच्या पतीची कसून चौकशी केली, त्याच्या व्यक्तिमत्त्वाच्या खाणाखुणा विचारल्या. रुक्मिणीबाईंनी केलेल्या वर्णनावरून तो त्यांचा नव्याने शिष्य झालेला 'चैतन्य' असावा असे रामानंदांना वाटले. आपली दक्षिण भारताची यात्रा रद्द करून स्वामी काशीला निघाले. जाण्यापूर्वी सिद्धोपंतांच्या घरी पूजा स्वीकारायला गेले आणि 'आपले जामात लवकरच परततील' असा आशीर्वाद त्यांनी कुटुंबीयांना दिला. (रामानंद परतताना सिद्धोपंत आणि रुक्मिणी यांना बरोबर घेऊन निघाले असे काही ग्रंथांत दिले आहे. अर्थात, याला आधार नाही.) स्वामी रामानंद आश्रमात परतले. त्यांनी चैतन्यस्वामींना पूर्वाश्रमाची

माहिती विचारली. चैतन्यांनी पत्नीचा त्याग करून संन्यास घेतल्याचे कबूल केले. (विठ्ठलपंतांनी अवेळी, म्हणजे पत्नी तरुण असताना, तिची संमती नाही, संततीही नाही अशा वेळी संन्यास घेतल्याने शिष्याच्या खोटेपणाचा बाध गुरूवर येईल म्हणून अनेक लेखकांनी हा प्रसंग सावधगिरीने मांडला आहे.) चैतन्य हेच रुक्मिणीचे पती असल्याची खात्री रामानंदांना पटताच त्यांनी चैतन्यांना आळंदीस परत जाऊन गृहस्थाश्रम स्वीकारण्यास सांगितले. चैतन्यांनी गुरूसमोर अनेक शंका मांडल्या. समाजाकडून बहिष्कृती, संसारात बदनामी, लोकनिंदा, यांचा परिणाम मुलाबाळांवरही होण्याची शक्यता असे विचार त्यांनी गुरूसमोर मांडले. 'मला संन्यासीच राहू द्या' अशी प्रार्थना केली. परंतु रामानंदांनी त्यांना परत जाण्याची आज्ञा केली आणि गृहस्थाश्रम स्वीकारण्याची आज्ञाही केली. गुरूच्या आज्ञेचे पालन करण्यासाठी 'चैतन्यस्वामी' पुन्हा 'विठ्ठलपंत' होऊन आळंदीला परतले.

संतती आणि त्यांची अलौकिक नावे

विठ्ठलपंत सासुरवाडीला राहून प्रपंच चालवू लागले. या काळात त्यांना लोकनिंदा स्वीकारावी लागली. संसाराच्या बारा वर्षांच्या दुसऱ्या कालखंडात त्यांना चार अपत्ये झाली. तीन पुत्र आणि एक कन्या. पित्याचे कर्तव्य जननिंदेमुळे त्यांनी सोडले नाही. पत्नी, श्वशुर आनंदी झाले. मुलांना शिक्षण देण्यात समाजनिंदेची बाधा आली आणि मुलांच्या जीवनाची हेळसांड होऊ लागली. विठ्ठलपंतांचे पहिले अपत्य निवृत्ती, दुसरे ज्ञानदेव, तिसरे सोपानदेव आणि चौथी कन्या मुक्ताई. ही वेगळी नावे विठ्ठलपंतांच्या संन्यस्तवृत्तीतून प्रकट झाली. त्या काळी देवतांची नावे मुलांना देत. परंतु जीवनातून मोक्षाला जाण्यासाठी चार पायऱ्या चालावे लागते. पहिली पायरी, भवसागरातून 'निवृत्ती'. दुसरी पायरी, ईश्वरभक्तीचे 'ज्ञान'. तिसरी म्हणजे मोक्षाचा मार्ग 'सोपान' आणि शेवटी 'मुक्ती' (मोक्ष) अशी संकल्पना मनात धरून विठ्ठलपंत आणि रुक्मिणीबाई यांनी त्यांच्या अपत्यांची जगावेगळी नावे ठेवली. (जी आजच्या काळात आदर्श आणि लोकमान्य झाली.) समाजाने त्यावरही निंदा केली. नामकरणाच्या विधीलाही नावे ठेवली.

देहान्त प्रायश्चित्त

आता मुले व्रतबंध (उपनयन) करण्यायोग्य झाली. तोही संस्कार करावा अशी विठ्ठलपंतांना इच्छा झाली. पण व्यर्थ; कारण विठ्ठलपंतांवर आळंदीच्या ब्राह्मणवर्गनि बहिष्कार टाकला होता. सन्मानाने रस्त्यावर जाता येत नसे. मुलांच्या उपनयनानंतर बहिष्कार मागे घेतला जाईल, त्यांचे जीवन मार्गी लागेल, या हेतूने विठ्ठलपंतांनी

धर्ममार्तंडांना वेळोवेळी प्रार्थना करून धर्मसभा (ग्रामण्य) आयोजित केली. त्या सभेत कुटुंबातील सर्व वृत्तान्त सविस्तर सांगून क्षमा मिळेल असे त्यांना वाटले, शिवाय त्यांनी सांगितलेलं प्रायश्चित्तही आपणाला घेता येईल असे विठ्ठलपंतांना वाटले. शेवटी एकदा आळंदीच्या ब्रह्मवृंदाची सभा भरली. सभेमध्ये बराच खल होऊन विठ्ठलपंतांनी धर्मभ्रष्टतेसाठी देहान्त प्रायश्चित्त घेण्याचे सभेने ठरविले. तेही विठ्ठलपंतांनी मान्य केले. परंतु मुलांच्या संस्काराबाबत आळंदीतील ब्रह्मवृंद निर्णय घेऊ शकत नव्हते. पैठणच्या धर्मपीठाने तो निर्णय देणे गरजेचे होते. त्यासाठी आळंदीच्या ब्रह्मवृंदांनी एक पत्रही दिले.

पत्र मिळताच मुलांनी पैठणक्षेत्री जाऊन शुद्धिपत्र आणावे आणि स्वतः सपत्निक अंतिम यात्रेसाठी प्रयागकडे जाण्यास निघावे असे विठ्ठलपंतांनी निश्चित केले. साधारण दहा-पंधरा वर्षांची ती मुले पायी वाटचाल करीत पैठणला निघाली. वाटेत त्र्यंबकेश्वरास मोठे बंधू निवृत्ती अचानक गायब झाले. तेथेच मुक्काम करून वाट पाहत राहिले. इकडे विठ्ठलपंतांबरोबर रुक्मिणीबाई निघाल्या. प्रयाग संगमावर तीर्थामध्ये देह अर्पण केला. आईवडील जग सोडून गेले. मायेचे छत्र हरपले. सांभाळ करणारा मोठा दादा अचानक दुरावला. भिक्षा मागून जगण्याची पाळी या तीन बालकांवर आली. अतिशय करुणामय कहाणी, जी प्रभावपूर्ण शब्दांतून संत दासगणू महाराजांनी 'ज्ञानेश्वर चरित्रा'मधून मांडली आहे. महिनाभराने निवृत्तिनाथ कुटुंबात परत आले.

निवृत्तिनाथांनी आळंदीच्या ब्रह्मसभेला विचारले, ''आम्हाला मार्ग सांगा. पैठणकडून शुद्धिपत्र आणण्याची गरजच काय? आमची परंपरा ही सगुण-निर्गुण यांपलीकडची आहे. जाती-कुळ-वर्ण किंवा विश्वातील पंचमहाभूते विराट्-महत् यांपैकी आम्ही काही जाणत नाही. आम्ही निजबोधस्वरूप आहोत; मग शुद्धीचे प्रामाण्य का?''

ज्ञानदेव निवृत्तिनाथांना म्हणाले, ''आपली पावन अवस्था असली, तरी मनुष्यजन्मात धर्मशास्त्राला अनुसरून चालायला हवे.''

सोपानदेव म्हणाले, ''पांडव, व्यास, वाल्मिकी, वसिष्ठ यांचे कुळ किंवा जाती तरी कोठे शुद्ध आहे. तसेच आमची ईश्वरभक्ती हाच आमच्या आत्मस्थितीचा उपाय आहे. जाती-कुळ नाही.''

मुक्ताई म्हणाल्या, ''माता-पिता आम्हाला सोडून गेले. त्याग आणि वैराग्य स्वीकारून मृत्यूला कवटाळून माता-पिता दोघेही शुचिर्भूत झाले.''

असा एका अभंगात उल्लेख आहे. संत नामदेवांच्या 'आदि' अभंग संग्रहावरून ही घटना आळंदीची आहे असे म्हटले आहे. पण काहींच्या मते ही घटना आपेगावची होती. कारण या कुटुंबीयांना समजावून घेण्याइतकी समंजसता त्या गावात नव्हती.

विठ्ठलपंतांची चार बालके आळंदीतील ब्रह्मवृंदाचे पत्र घेऊन शुद्धिपत्र मिळवण्यास पैठणला निघाले. वाटेत त्र्यंबकेश्वरला चारही भावंडांचा मुक्काम पडला. अचानक निवृत्तिनाथ गायब झाले. निवृत्तिनाथ (जन्म माघ वद्य प्रतिपदा शके ११९०/समाधी शके १२१८) वेगळे पडले. एक महिनाभर निवृत्तिनाथांची वाट पाहिल्यावर अचानक एके दिवशी ते प्रगट झाले. काही ग्रंथकारांनी म्हटले आहे की, विठ्ठलपंतांनीच त्र्यंबकेश्वरी निवृत्तिनाथांना गहिनीनाथांकडे सोपविले होते. प्रत्यक्षात त्र्यंबकेश्वरी निवृत्तिनाथ डोंगरावर फिरत असताना अचानक एका गुहेत प्रविष्ट झाले. त्यांना समोर एक तेजःपुंज ऋषी ध्यानस्थ बसलेले दिसले. नमस्कार केल्यावर त्या ऋषींनी म्हणजेच गहिनीनाथांनी निवृत्तिनाथांच्या मस्तकावर आशीर्वादाचा हात ठेवला आणि अचानक निवृत्तिनाथांना समाधी लागली. गहिनीनाथांनी त्यांना नाथ संप्रदायाची दीक्षा दिली. तीच दीक्षा निवृत्तिनाथांनी आपल्या भावंडांना दिली आणि नाथ संप्रदाय आळंदीत रुजू झाला. सांप्रदायिक परंपरा आदिनाथ - मत्स्येंद्र - गोरक्ष - गहिनीनाथ - निवृत्तिनाथ अशी आहे. पुढे ज्ञानदेव, सोपान, मुक्ताई या परंपरेत आले. 'नाथसंकेतिचा दंशू' आणि 'विठ्ठल नाम भक्तीचा' वारसा घेऊन शके १२०१मध्ये ते आळंदीला परतले आणि आपले पूर्वज त्र्यंबकपंत यांच्या समाधीजवळ भावंडांना नाथपंथाची दीक्षा त्यांनी दिली, असेही म्हटले आहे. नाथ संप्रदाय आणि भक्ती संप्रदाय याच्या संगमावर ते उभे ठाकले. गहिनीनाथांकडून हठयोगाची – तांत्रिक कुंडलिनीची साधना शिकल्यावर कृष्णरूप विठ्ठलाचे महत्त्व आणि भक्तीही मला गुरूने शिकविली, असे ते म्हणतात.

निवृत्तिनाथ म्हणतात -

जनासि तारक विठ्ठलचि एक। केलासे विवेक सनकादिकी।।
ते रूप वोळळे पंढरीस देखा। द्वैताची पै शाखा तोडियली।।
उगवले बिंब अद्वैत स्वयंभू। नाम सुलभ विठ्ठल राज।।
निवृत्तिचे गूज विठ्ठल सहज। गयनीराजे मज सांगितले।।

वेद महिषामुखी बोलविले

गुरुकृपेचा आशीर्वाद घेऊन चारही भावंडे पैठणला निघाली. पैठणच्या ब्रह्मसभेसमोर पत्र सादर केले. ही मुले संन्याशाची आहेत हे समजल्यावर ब्रह्मवृंदाने 'कुळभ्रष्ट

असल्याने उपनयनाचा अधिकार नाही आणि तुम्हाला प्रायश्चित्तही काही नाही' असे सांगितले. निवृत्तिनाथ हे नाथ संप्रदायी असल्याने या ब्रह्मवृंदाच्या निर्णयावर त्यांचा विश्वास बसला नाही. पण काही भाष्य न करता ते स्वस्थ राहिले. आता आपल्यालाच काहीतरी बोलावे लागेल हे ज्ञानदेवांच्या लक्षात आले.

ज्ञानदेवांनी विचारले, ''यावर उपाय काय? आम्ही या बहिष्कारातून कसे बाहेर पडायचे?'' ब्रह्मवृंदांच्या प्रमुखांनी स्मृतिजाणकारांना मत व्यक्त करण्याचे आवाहन केले. पंडितांनी संन्याशाच्या मुलांना कोणताही उपचार, उपनयनविधी किंवा सामान्य माणसासारखे जगण्याचा अधिकार नसल्याचे सांगितले.

निवृत्तिनाथ म्हणाले, ''एकदा नाथपंथाची दीक्षा मिळाली की, आपण शुद्ध-अशुद्धीच्या पलीकडे जातो. मग पैठणच्या विद्वानांसमोर आपल्याला याचना करण्याचे कारण काय?''

ज्ञानदेवांनी म्हटले, ''भगवंतांनी अर्जुनाची समजूत घालताना म्हटले होते की, मी सर्व कर्मातीत, कर्माबाहेर असतानाही कर्माचा आग्रह धरतो; कारण व्यक्तीच्या कर्मातून लोकसंग्रह, लोकधारणा अन् लोकमान्यता मिळते. तेव्हा जे देवाला चुकले नाही, ते कर्म आपण का टाळायचे?''

भावंडांची मते ऐकून उपस्थित सामान्य लोक चकित झाले. पंडितांच्या कर्मठपणाचा त्यांना राग आला. माणुसकीच्या नात्याने अनाथ मुलांना चांगल्या पद्धतीने जगण्याचा हक्क नाकारणे ही खोडसाळ वृत्ती आहे. अतिशहाणपणाचे लक्षण आहे.

जमलेल्या पैठणकरांची सहानुभूती मुलांना मिळाली. त्यांची नावे ऐकून तर सर्व जण चकित झाले. काहीतरी मार्ग काढणे पंडितांना गरजेचे वाटले. त्यांनी म्हटले, ''धर्मापलीकडेही एक मार्ग आहे. अनुतापपूर्वक ईश्वरभजन करीत राहा. सर्व प्राणिमात्रांच्या - जसे गाय, गर्दभ, श्वान, हीनजातीय यांच्या - ठिकाणी ब्रह्मभावना जाणून त्यांची पूजा, सेवा, वंदन करा. हाच एक मार्ग तुमच्यासाठी आहे.'' ब्रह्मवृंद हसले. पैठणकर नाराज झाले. आत्मा सर्वत्र एक असला, तरी व्यक्तिमत्त्व भिन्न आहे हे कसे कळले नाही?

ज्ञानदेवांचे नाव ऐकून पैठणकर त्यांना म्हणाले, 'हे बालका, आता तूच या विद्वानांची समजूत काढ. त्यांना शिष्टाचार, ज्ञान, व्यवहार समजावून सांग!''

ब्राह्मण पुन्हा हसले आणि म्हणाले, ''आळंदीकरांनो, आमचा निर्णय तुम्हाला स्वीकारावा लागेल. म्हणूनच तुम्ही इथे आलात. ईश्वर आत्मारूपाने सर्वत्र एकच आहे म्हणता. समोरून येणाऱ्या पखालीचा रेड्याचे नाव ज्ञान्या आहे, तुझेही नाव ज्ञाना आहे. तर मग तुझी विद्या त्याला शिकव.''

रेड्याच्या मालकाने रेड्यावर आसूड मारला आणि त्याचा वळ ज्ञानदेवांच्या पाठीवर उमटलेला दिसला. लोक चकित झाले. निवृत्ती, सोपान, मुक्ताई यांना वाईट वाटले. ज्ञानदेवांच्या लक्षात आले की, यांना साक्षात्कार दाखवण्याची हीच वेळ आहे.

ज्ञानदेव रेड्यासमोर आले. नमस्कार करून म्हणाले - नामदेवराय म्हणतात :

ज्ञानदेव म्हणे बोले रे ऋग्वेद। ओंकार मूळ शब्द प्रणवाचा।।

वेदाचा आरंभ करीता झाला पशू। विधी उपन्यासु सांग पुढे।।

करिती आश्चर्य सकळ द्विजवर।

''हे महिषापुत्रा, आता माझी विद्या तू शीक आणि लोकांना त्या विद्येची जाणीव करून दे!'' रेड्याने मान डोलावल्यावर ज्ञानदेवांनी ऋग्वेदाचा पहिला मंत्र *'ॐ अग्निमीळे पुरोहितम्'* उच्चारून सुरुवात केली. रेडाही खर्जाच्या सुरात ती ऋचा म्हणू लागला. काही अभ्यासकांचे मत असे आहे की, ज्ञानदेव यजुर्वेदी-माध्यंदिन शाखेचे असताना त्यांनी ऋग्वेद का म्हटला. अर्थात ऋग्वेद वेदवाङ्मयातील पहिली रचना आहे.

रेड्यामुखी वेद ऐकताना सर्व पंडित चकित झाले. हात जोडून नमस्कार करू लागले. पैठणकर वाकून शरण आले. 'ही मुले साक्षात ईश्वरी अवतार आहेत. हे तिघे जण ब्रह्मा-विष्णु-महेश आणि ही कन्या साक्षात आदिमाया आहे', असे सर्व जण म्हणू लागले. सर्व ब्रह्मवृंदांनी क्षमा मागितली आणि म्हणाले, ''तुम्ही एवढे थोर आहात की तुम्हाला शुद्धिपत्र देण्याचा आम्हाला अधिकारच नाही. आम्ही देहबुद्धी अहंकाराने ग्रासलेले सामान्य जीव, त्यामुळे केवळ कर्मठ असे आहोत. परंतु तुमचा वंश, कुळ, व्यक्तिमत्त्व खूपच मोठे आहे. तुमच्या दर्शनाने आम्हीच धन्य झालो.''

उलट ज्ञानदेव-निवृत्तींनी ब्रह्मवृंदाची स्तुती केली. आम्हीच आपल्या दर्शनाने धन्य झालो, असे म्हणाले. संत नामदेवांनी पैठणच्या घटनेचे वर्णन असे केले आहे.

शुद्धिपत्र

महिषाने (रेड्याने) वेद म्हटल्याची वार्ता पैठण नगरात वाऱ्यासारखी पसरली. हा चमत्कार पाहण्यासाठी आणि दैवी चमत्कार करणाऱ्या बालकांच्या दर्शनासाठी नगरवासी एकत्र जमले. मुलांचा जयजयकार केला. पैठणच्या ब्रह्मवृंदाने काही दिवस पैठणमध्ये वास्तव्य करण्याची विनंती केली. या बालकांना शुद्धिपत्र न देणे म्हणजे मूर्खपणा आहे आणि नगरवासीयांचा रोषही पत्करावा लागेल. गौरवपूर्ण शुद्धिपत्र दिले.

काही कथालेखकांनी अशा सत्पुरुषांना कशाला शुद्धिपत्र हवे म्हणून दिले नाही असे म्हटले आहे. संतांच्या जीवनात चमत्कार असायलाच हवेत अशी धारणा समाजाची झाली. संत ज्ञानेश्वर मराठीच्या भक्तिपरंपरेतले पहिले संत आणि त्यांनी घडवलेला हा पहिला चमत्कार! संतांच्या चमत्काराची परंपरा आजतागायत दिसून येते.

या सर्व कथेतून एक प्रश्न उभा राहतो. ज्या अर्थी विट्ठलपंतांनी आपल्या आरूढ पतित्वाच्या कथित पातकाबद्दल पत्नीसह मोठे देहान्त प्रायश्चित्त घेतले होते. त्या अर्थी ती बालके 'संन्याशाची मुले' नव्हती. दुसरी गोष्ट म्हणजे, गुरूंच्या आज्ञेवरूनच विट्ठलपंतांनी संन्यास सोडून गृहस्थाश्रम स्वीकारला होता आणि तसे म्हटले, तर ही मुले गृहस्थाश्रमी विट्ठलपंतांची होती. या बालकांचा पित्याच्या संन्यास आश्रमाशी काही संबंध नव्हता. तर मग त्यांना 'संन्याशाची मुले' म्हणणे आणि प्रायश्चित्त देणे ही कमीपणाची, क्रूर पद्धती म्हणावी लागेल. ज्या उपनयनातून गायत्री मंत्राचा स्वीकार ज्ञानदेवादी भावंडे करणार होती. त्याच गायत्री मंत्रावर ज्ञानदेवांनी मराठी भाष्य लिहिले हे वैशिष्ट्य म्हणावे लागेल. (हस्तलिखित, भांडारकर प्राच्यविद्या संस्था, धर्माधिकारी संग्रह)

पैठण क्षेत्री शुद्धिपत्र मिळाले; पण त्याची गरज या भावंडांना नव्हती. पैठणकडे येताना त्र्यंबकेश्वरी गहिनीनाथांनी निवृत्तिनाथांना आणि निवृत्तिनाथांनी आपल्या भावंडांना नाथपंथाची दीक्षा दिली. मग उपनयनाच्या अधिकाराची गरज उरली नाही. पैठणच्या ब्रह्मवृंदांना ही मुले विद्वान वाटली. चमत्काराचा भाग सोडला, तर ज्ञानदेवांचा पारमार्थिक अधिकार, लहान वयातील विद्वत्ता आणि सुश्राव्य वाणी पाहून पैठणकरांनी त्यांना घरी नेऊन त्यांच्यावर आदरसत्काराचा वर्षाव केला.

संत नामदेवांनी पैठण नगरीतील आणखी एक चमत्कार मांडला आहे. एकाने आपल्या पितरांचे श्राद्ध योजले आणि या भावंडांना प्रसादास बोलावले. परंतु पैठणक्षेत्रीय काही भिक्षुकांनी श्राद्धाचे भोजनास नकार दिला. यजमानाला दुःख झाले. त्यांनी निवृत्तिनाथांना प्रश्न केला, तेव्हा निवृत्तिनाथांच्या आज्ञेवरून ज्ञानदेवांनी काही मंत्र म्हटले आणि क्षणात त्या गृहस्थाचे साक्षात पितर भोजनास आले. सर्वांना धन्यता वाटली. सार्थक वाटले.

पैठणमधील वास्तव्य संपवून चारही भावंडे नेवाशाला निघाली. गावामध्ये प्रवेश करतानाच सत्चिदानंद कुलकर्णी यांची प्रेतयात्रा निघाली होती. सत्चिदानंदांची पत्नी आणि इतर संबंधित शोकाकुल झाले होते. पत्नीने ज्ञानदेवांचे चमत्कार ऐकले होते. त्यांनाच शरण जाऊन सौभाग्य परत मागावे असे तिला वाटले. मृताला अग्नी

देण्यापूर्वी तिने ज्ञानदेवांकडे सौभाग्याची भिक्षा मागितली. ज्ञानदेवांच्या मनी करुणा उत्पन्न झाली. ते म्हणाले, ''सत्चिदानंदा, उठ! सत्चिदाला मृत्यू नसतो. तुझ्या हातून धर्मकार्य घडायचे आहे!'' आणि आश्चर्य म्हणजे, ती व्यक्ती ताटीवर उठून बसली. ज्ञानदेवांच्या सामर्थ्याचे सर्वांना आश्चर्य वाटले. सतीला आनंद झाला. कपाळचे कुंकू पुसले गेले नाही. याचे सर्वांनाच आश्चर्य आणि कौतुक वाटले आणि सत्चिदानंदांनी आता पुन्हा संसारात न येता, ज्यांच्या कृपेने पुनर्जीवन मिळाले त्यांच्या सेवेतच राहण्याचे ठरविले.

ज्ञानदेवांचे एकंदरीत जीवन एकवीस वर्षांचे नोंदले गेले आहे, त्याचा क्रम असा मानला जातो :

- ■ शके ११९७चा जन्म,
- ■ शके १२०७/८ पैठणला भेट,
- ■ शके १२०९ ते १२१२ नेवासे येथे ज्ञानेश्वरीचे निरूपण व अमृतानुभव लेखन,
- ■ शके १२१२ ते १२१६ श्रीविठ्ठलाच्या आज्ञेवरून संत नामदेवरायांबरोबर तीर्थाटन,
- ■ शके १२१८ला आळंदीत संजीवन समाधी

या कालक्रमात, भौतिक जीवनात अनेक चमत्कार घडले असे भक्तजन मानतात. त्यांपैकी तीन चमत्कार – रेड्यामुखी वेदपठण, पितरांना भोजन आणि नेवाशाला सत्चिदानंदांना जीवनदान देणे – बालवयात घडल्याचे लक्षात येते. पुढच्या काळातही काही आणखी चमत्कार घडले आहेत.

परंतु एक प्रश्न असा उभा राहतो की, या भावंडांत चमत्कार ज्ञानदेवांनीच का केले? बाकीच्यांना अधिकार, विद्या असतानाही असे का घडले? याचा विचार आपण पुढे करणार आहोत.

पैठण मुक्काम

या चारही भावंडांचा पैठण मुक्काम फार महत्त्वाचा मानला जातो. रेड्यामुखी वेद बोलविल्यावर पैठण नगरीत ही भावंडे लोकप्रिय झाली. मध्ययुगात पैठण हे काशीइतकेच तोलामोलाचे ज्ञानपीठ होते. या क्षेत्राला 'दक्षिण काशी' मानले जात असे. तेथील अनेक विद्वान घराणी, ज्यांना 'भट्टी' म्हटले जाते, ती आपापल्या परीने वेदविद्या-शास्त्र-पुराणे यांमध्ये प्रवीण होती. त्या काळाचा पैठणचा इतिहास वाचल्यास विविध विद्वत्परंपरा, ग्रंथसंग्रह आणि जाणकार ज्ञानी शिक्षक, त्यामुळे ही लेकुरे दैवी अंश असलेली अवतारी मुले आहेत असे समजून प्रत्येक पैठणकरांनी

त्यांच्याशी जवळीक केली. कोणी भोजनाला, कोणी ज्ञानसाधने दाखविण्याला, तर कोणी सत्संगाच्या इच्छेने या भावंडांना जवळ केले. त्या काळात पैठण क्षेत्रात प्रचंड बदल झाला. शुद्धिपत्र मागायला आलेली भावंडे लोकांनाच, सामान्य जनांनाच ज्ञानशुद्धी देत राहिली. जनसामान्यांना मातृभाषेत ज्ञानामृत देऊ लागली. ज्यांनी शुद्धिपत्र देण्यास नकार दिला, तीच सनातनी मंडळी ज्ञानदेवांच्या सहवासात राहून स्वतः कर्मठपणातून मुक्त होण्याचा प्रयत्न करू लागली होती. शके १२०७-०८ या दीड-दोन वर्षांत ज्ञानदेवांनी लोक स्वभावानुभव प्राप्त केला. सर्वसामान्यांना स्वधर्माची खरी ओळख नाही, परंपरागत शास्त्रे समजून घेण्याच्या भाषेत नाहीत, आदर्श ज्ञानी दिसत नाही. अशा अनेक समस्यांतून आपण काही रचना कराव्यात असे त्यांना केवळ वयाच्या दहाव्या-बाराव्या वर्षी वाटले.

ज्ञानदेवांच्या चरित्राची भौतिक साधने कमी आणि आध्यात्मिक साधने विपुल असल्याचे दिसते. नंतरच्या काळात अनेक संतांची चरित्रे, त्यांचे चमत्कार, त्यांची ईश्वरभक्ती, सांप्रदायिक जीवन सविस्तर स्वरूपात मिळतात; पण ज्ञानेश्वर आणि भावंडे यांचे भौतिक जीवनाचे दाखले कमी स्वरूपात मिळतात. इतकेच नव्हे, तर ज्ञानदेवांच्या आध्यात्मिक साधनांचे विविध प्रकार दिसून येतात. त्यामुळेच त्यांच्या अनुयायांचे चार वर्ग लक्षात येतात. एक म्हणजे त्यांना अवतारी पुरुष मानणारा वर्ग, दुसरा वर्ग त्यांच्या व्यक्तित्वावर उपासक म्हणून प्रेम करणारा, तिसरा वर्ग त्यांना आदर्श मानून विश्वास टाकणारा आणि चौथा निर्हेतूकपणे त्यांना इतर जणांप्रमाणे मानणारा. म्हणजे, एखाद्या वसाहतीत ज्ञानेश्वरांची मूर्ती स्थापन केली, तर आपणही दर्शनाला जाऊ असेही मानणारे लोक आहेत.

अनेक चरित्रकारांनी ज्ञानदेवांच्या अष्टपैलू जीवनाचा प्रवास दाखविला आहे. 'साहित्यक्षेत्रात आद्य संतकवी, विदग्ध रसवृत्तीचा योगी, शृंगाराच्या (परंपरागत) माथ्यावर पाय ठेवून शांतरसाची सरोवरे निर्माण करणारा रसमर्मज्ञ, कुंडलिनी जागृत करून समाजापुढे योगांचे महत्त्व कृतीत आणणारा गोरक्षनाथानंतरचा योगी, ज्ञानोत्तर भक्तीचा पुरस्कर्ता आणि भक्तिसाम्राज्याची जात-पात-धर्मविरहित लोकशाही निर्माण करणारा ज्ञानदेव हा असामान्य युगपुरुष आहेत' (डॉ. मोरवंचीकर : *समाधीतील स्पंदने*) असे म्हटले आहे आणि हे भाग्य एका छोट्या आयुर्मर्यादेत त्यांनी मिळवले.

पैठणक्षेत्रीचा मुक्काम सोडून ही भावंडे नेवाशाला आली. नेवाशाचे मूळचे नाव निधीनिवास. गोदावरी काठावरचे एक संपन्न क्षेत्र. एके काळी मोठी बाजारपेठ येथे चालत होती. समुद्रमंथनानंतर मोहिनीरूपातील विष्णूंनी अमृत वाटण्यासाठी अमृतकलश ताब्यात घेतला, त्यातील काही थेंब नकळत प्रवरा नदीत मिसळले. त्यामुळे प्रवरेत स्नान, तीर्थप्राशन म्हणजे अमृत प्राप्तीच. तसेच नेवासे हे सिद्धपीठही होते. गोरक्षनाथकालीन नाथपंथी चौरंगीनाथांचे वास्तव्य या नगरीत होते. शिवाय महालयाचे, म्हणजे विष्णूसह लक्ष्मीचे वास्तव्य असणारे हे एक पुण्यमय क्षेत्र. तेथेच ज्ञानदेवांच्या हातून समाज प्रबोधनाचे, लोकधर्मजागृतीचे कार्य घडावे अशी निवृत्तिनाथांची इच्छा होती.

नेवाशाला मुक्काम पूर्वनियोजित होता. उत्साहात ही भावंडे नगरीत दाखल झाली आणि पहिलाच अपशकून घडला. गावच्या कुलकर्ण्यांचे कलेवर आडवे आले. त्याचा शुभशकून करण्यासाठी निवृत्तिनाथांच्या आज्ञेने त्यांना जिवंत केले, बरोबर घेतले. अनेकांनी या बालकांचे स्वगृही स्वागत केले, वास्तव्यांची विनंती केली. परंतु, 'आम्ही संन्याशाची मुले, मंदिरात वास्तव्य करणे हेच आम्हाला योग्य' असे म्हणून प्रवरेच्या तीरावर, गूढ इतिहास असलेल्या एका जीर्ण शिवमंदिरात वास्तव्य स्वीकारले. कालांतराने हे शिवालय उद्ध्वस्त झाले. परंतु पुढच्या काळात ज्ञानदेवांचे उपासक कै. मामासाहेब दांडेकर यांनी या मंदिराचा जीर्णोद्धार केला. ज्या खांबाला टेकून ज्ञानदेवांनी 'भावार्थ दीपिका' (ज्ञानेश्वरी - गीता टीका) लोकांसमोर मांडली, असे म्हणतात, तो खांब आजही पूजला जातो. मंदिराला खांब असतात. पण मूर्तीएेवजी खांबाचे मंदिर फक्त नेवासे येथेच आहे.

अशीच आणखी एक कथा आहे. पंढरपूर क्षेत्राच्या विठ्ठल मंदिरात सोळखांबी मंडपात ज्या खांबाला टेकून कन्नड कवी पुरंदरदास यांनी विठ्ठलभक्ती, अभंगरचना केली, तो खांब आज 'गरूड खांब' नावाने प्रसिद्ध आहे. विठ्ठल दर्शनानंतर या खांबास भक्तजन मिठी मारून प्रेम व्यक्त करतात. ज्ञानेश्वरांच्या खांबाला 'पैस खांब' म्हणून ओळखतात. या खांबाला हे नाव स्थानिकांनीच दिले आहे. अनेक लोक आलिंगन देऊन दर्शन घेतात.

'ज्ञानेश्वरी' नामक अद्भुत ग्रंथाची रचना

एका सुमुहूर्तावर प्रवरेत स्नान करून नेवाशाचे कुलदैवत मोहिनीराज यांचे दर्शन घेऊन ही भावंडे मंदिरात आली. गुरू निवृत्तिनाथांच्या आज्ञेने गीतेवर मराठी भाषेत ओवीबद्ध भाष्य मांडायला ज्ञानदेवांनी सुरुवात केली. वास्तविक धर्मपीठ पैठण

नगरीत ज्ञानेश्वरी जन्माला यायला हवी होती. पण नेवाशातील लोकांचे भाग्य थोर म्हणून नेवाशात प्रवरेकाठी ज्ञानदेवांनी गीता सांगायला सुरुवात केली :

ॐ नमोजी आद्या। वेद प्रतिपाद्या।
जय जय स्व संवेद्या। आत्मरूपा।।
देवा तुचि गणेशु। सकलमति प्रकाशु।
म्हणूनि निवृत्तिदासु। अवधारिले।।

ज्ञानदेवांच्या वाचेतून शब्दफुले फुलत होती. सच्चिदानंद ते शब्दबद्ध लेखनात करीत होते आणि गुरू निवृत्तिनाथ, सोपान, मुक्ताई भरल्या नेत्रांनी दादाकडे पाहत होते. श्रोतेजन कर्णेंद्रियांद्वारा हा अमृतयोग स्वीकारीत होती.

नामदेवराय म्हणतात :

घेऊनिया पत्र केली प्रदक्षिणा। साष्टांगी ब्राह्मणा नमन केले।।
मागोनिया म्हशा नेवाशासी आले। प्राकृती पै केले गीते लागी।।
निवृत्ति म्हणति ऐक ज्ञानदेवा। अनुभव करावा अमृता ऐसा।।

आणि शेवट पसायदानाने :

आता विश्वात्मके देवे। येणे वाग्यज्ञे तोषावे।
तोषोनि मज द्यावे। पसायदान हे।।
जे खळांची व्यंकटी सांडो। तया सत्कर्मी रती वाढो।
भूतां परस्परे जडो। मैत्र जीवांचे।।

ज्ञानदेवांनी भगवद्गीताच का मराठीकरणासाठी निवडली, इतर ग्रंथ का घेतले नाहीत, असेही प्रश्न मनात येऊ शकतात. संस्कृत वाङ्मयात गीतेसारख्या तत्त्वज्ञानात्मक ग्रंथाला तोड नाही. परंतु हा ग्रंथ सामान्यांसाठी देशी भाषेत यावा, म्हणून गीतेच्या सातशे श्लोकांचे रूपांतर मराठीत नऊ हजार ओव्यांत त्यांनी केले. गीतेवरची ही टीका त्याकाळी 'भावार्थ दीपिका' नावे प्रसिद्ध होती. परंतु सर्वसामान्यांत ती ज्ञानदेवांची 'ज्ञानेश्वरी' बनली, लोकप्रिय झाली.

ज्ञानेश्वरीलेखन झाल्यावर वडील बंधू - गुरू निवृत्तिनाथांची आणखी अपेक्षा होती. नामदेवराय म्हणतात :

प्राकृत पै केले गीते लागी। निवृत्ति म्हणती ऐक ज्ञानदेवा।
अनुभव करावा अमृता ऐसा। आदि शक्ती माता वंदुनि का म्हाळसा।।

'अमृतानुभव' (अनुभवामृत) या रचनेची आज्ञा गुरुमुखातून आल्याने ज्ञानदेवांनी या ग्रंथाचीही रचना केली.

महिषाची समाधी आणि आळंदीला प्रस्थान

ही चारही भावंडे ग्रंथरचनेनंतर म्हाळसादेवीला वंदन करून आळंदीकडे निघाली. सोबत 'म्हैसा' (रेडा) घेतला होता. सकळ कवित्व कला असलेली ही भावंडे हरिनामकीर्तन करीत आळेगावात दाखल झाली. पैठणाला जाताना जातिभ्रष्ट मुले म्हणून तुच्छतेने पाहणारा समाज आता ईश्वरी अवतार म्हणून कौतुक करू लागला. आळेगावी कीर्तन-प्रवचन काळात ज्ञाना नावाचा रेडा मरण पावला. ज्ञानदेवांनी त्याची समाधी उभी केली. शेंदुरयुक्त प्रतिमा उभी करून, कृतज्ञता व्यक्त करून ही भावंडे आळंदीकडे निघाली. आळ्याला आजही वेदमंत्र गाणारा रेडा आणि त्याची समाधी पाहावयास मिळते. हजारो भक्तगण दर्शनासाठी आजच्या विज्ञानयुगातही गर्दी करतात.

ज्ञानदेवांनी निरूपणासाठी गीताग्रंथच का निवडला, अन्य काही का नाही, याचे उत्तर तत्कालीन समाजव्यवस्था होय. समाजधारणा शिथिल होऊन त्यामधील अंतः प्रवाह परस्परविरुद्ध दिशेने वाहू लागले होते. दुभंगलेला समाज फार काळ तग धरू शकणार नाही. म्हणून समाजाला एकत्रित – एकसंध करण्याची गरज होती. ही गोष्ट भगवद्गीतेच्या प्रसारानेच शक्य आहे आणि ती गती, जी जीवनांचे अनेक पैलू उलगडून दाखवते ती देववाणीत होती – संस्कृतात होती. सामान्यांसाठी ते मातृभाषेत - मराठीत आणि अनेक तत्कालीन दृष्टान्तांनी युक्त अशी आणायची होती. तेच कार्य ज्ञानेश्वरीच्या रूपात त्यांनी केले. पूर्वी गीता व्यासांनी रचली, तोवर महर्षि जैमिनी, महर्षि वैशंपायन यांनी भाष्य करून त्या रचनेत सुलभता आणली, तर ज्ञानदेवांनी ती लोकभाषेत आणली हे महत्त्वाचे.

आणि हा विचार त्यांनी सहाव्या अध्यायात स्पष्टपणे मांडला.

माझा मराठीचा बोलू कवतिके। अमृतांतेही पैजा जिंके।

ऐसी अक्षरे रसिके। मेळवीन।।

ज्ञानदेवांच्या रचनेत नादमाधुर्य, रूपसौष्ठव, रसपरिपोष, परिमलधुंदी, स्पर्शसौख्य कोठेही विलग झालेले दिसत नाही. हा विदग्ध रसवृत्तीचा महापूर आणणारा ग्रंथ होय.

ज्या सच्चिदानंदांनी ज्ञानेश्वरीचे लेखन केले, त्यांनी त्यानंतर 'ज्ञानेश्वर विजय' ही ओवीबद्ध रचनाही केल्याची नोंद आढळते. शेवटची 'शके बाराशे बाहोत्तरी' ओवी त्यांचीच आहे.

ज्ञानदेवादी भावंडे आता आपल्या घरी, आळंदीस परतली. विठ्ठलपंतांवर समाजाने बहिष्कार टाकल्याने, त्यांना ब्राह्मण जातीबाहेर घालवून, देहान्ताचे प्रायश्चित्त देणारे आळंदीकर या चार अवतारी बालकांचे कौतुक करू लागले. सिद्धबेटावर झोपडीमध्ये राहणारी ही बालके आता महान दैवते बनली. नाथ संप्रदायी गुरू निवृत्तिनाथ, ज्ञानदेवी-अमृतानुभवाचा कर्ता महान लेखक ज्ञानदेव, दोन्ही बंधूंच्या सेवेतून निस्सीम प्रेम मिळालेला सोपानदेव आणि महायोगी मुक्ताई अशी त्यांची ओळख आळंदीकरांना जाणवली. या भावंडांचा गौरव, त्यांच्यावर आत्मीयतेचा वर्षाव सर्व सामान्यांनी केला. या भावंडांची लोकप्रियता, चमत्कारी घटना आणि योग साधना जाणून घेण्याच्या इच्छेने चांगा वटेश्वर (चांगदेव योगी) आळंदीला आपल्या शेकडो शिष्यांसह भेटीला निघाले. ज्ञानदेवादी भावंडांची भेट घेऊन योगी क्षेत्रात आपण केवढे मोठे आहोत हे दाखवायचे असा त्यांचा हेतू होता.

कुंडलिनी-शिव-शक्तीचे अभ्यासक निवृत्तिनाथांना त्यांच्या पंथाचा अधिक अभ्यास आणि प्रसाराचा ध्यास होता, तर वैष्णव संप्रदायाचे महान क्षेत्र पंढरपूर आणि अनेक संतांच्या विठूमाउलीची भेट घ्यावी असे ज्ञानदेवांच्या मनात होते. आळंदीला जाण्यापूर्वी पंढरीस श्रीविठ्ठल दर्शन घेऊन, संत नामदेवादी विठ्ठलभक्तांना भेटण्यासाठी ज्ञानदेवादी भावंडे चंद्रभागेच्या तीरावर दाखल झाली.

चंद्रभागेचे स्नान, भक्त पुंडलिकाचे दर्शन, महाद्वारातील मल्लिकार्जुन शिवमंदिर पाहून विठ्ठल मंदिराच्या दारात – महाद्वारात दाखल झाली. चोखोबा, जनाई भेटले. आनंदाचे भरते आले. ज्ञानदेवांना भेटण्यास पंढरपूरकर महाद्वारी दाखल झाले. नामदेवराय रंगशिळेवर विठ्ठलनामाचा गजर करीत भजनी रंगले होते. लोकांची गर्दी, आवाज ऐकून बाहेर आले. ज्ञानदेव-निवृत्तिनाथांना त्यांनी ओळखले. वारकरी रिवाजाप्रमाणे एकमेकांच्या पायी लागले. सुख-दुःखाच्या कथा झाल्या. आसुसलेल्या भावनेने सावळ्या विठ्ठलासमोर नामदेवरायांनी या भावंडांना दाखल केले. विठ्ठलही हर्षोल्लासाने नाचू लागला. आत्तापर्यंत निर्गुण-निराकार ईश्वरोपासनेत रंगलेले ज्ञानदेव श्रीविठ्ठलाकडे पाहताना म्हणाले,

"तुज सगुण म्हणू की निर्गुण रे।
सगुण-निर्गुण एकु गोविंदु रे।।

अळुमानेना अळुमानेना।
श्रुति नेति नेति म्हणती गोविंदु रे।
तुज सगुण म्हणू की निर्गुण रे।''

श्रीविठ्ठलाच्या भेटीची आस होती, पण योग आला नव्हता. नाथ पंथ स्वीकारलेला शैवभक्त नामदेवांच्या वैष्णवपंथाच्या भक्ती सांप्रदायिकाच्या भेटीला आला आणि शैव-वैष्णव महासमन्वय या पंढरीच्या महापीठात घडला. नामदेवरायांनाही आनंद झाला. *नाचू कीर्तनाचे रंगी। ज्ञानदीप लाऊ जगी।* दोन्ही ईश्वरभक्तांचे एकच ध्येय, ज्ञानाचा प्रसार करायचा. केवळ नामदेवरायच नव्हे, तर गोरोबा काका, चोखामेळा, जनाबाई असे सर्व महान विठ्ठलभक्त एकमेका भेटले. अगदी गळाभेटी झाल्या. अगदी –

अवघा रंग एकची झाला। रंगी रंगला श्रीरंग।।

मी-तू-पण गेले वाया। पाहता पंढरीराया।।

अशी अवस्था झाली. श्रीविठ्ठलही आनंदसागरात तरंगत राहिला. पंढरीरायाला माहीत होते. ज्ञानदेव नाथपंथी असले, तरी भक्ती-वारकरी संप्रदायाचा पाया तेच रचणार!

सर्व भक्तमंडळी पुंडलिकाच्या मंदिराजवळ, चंद्रभागेच्या वाळवंटी बसली होती. आपापल्या श्रद्धेच्या, भक्तीच्या गप्पा चालल्या होत्या. ज्ञानदेवांची मुक्ताई हुशार होती. तिला जाणवले की, नामदेवराय केवळ विठ्ठलभक्त आहेत. त्यांना प्रवाहात, भक्तिसागरात घेण्यासाठी गुरूची आवश्यकता आहे. सहज गप्पांत मुक्ताईने म्हटले, 'गोरोबा काका, तुम्ही कच्चे-पक्के मडके कसे शोधता?'' गोरोबांच्या लक्षात आले की, या संतमंडळीपैकी कोणात काहीतरी उणीव आहे. ते म्हणाले, ''आमच्याकडे एक 'थापटणे' – हत्यार आहे. पक्के मडके खणखणीत आवाज देते. कच्चे फुटायच्या अवस्थेला जाते.'' ते ऐकून मुक्ताई म्हणाली, ''आम्हा विठ्ठलभक्तांत कच्चे-पक्के शोधून काढा.''

गोरोबाकाकांनी प्रत्येकाच्या थापटणे मारले. कोणीही रागावले नाही की तक्रार केली नाही. मात्र नामदेवरायांनी या गोष्टीला विरोध केला. ते म्हणाले, ''श्रीविठ्ठलाच्या नित्य सान्निध्याने मला कशाचीच परीक्षा द्यावयाची नाही. मी परिपूर्ण आहे.'' नामदेवरायांचे हे त्रासिक उत्तर ऐकून मुक्ताई म्हणाली, ''नामदेवा, तुम्ही सर्वाधिक स्वरूपात विठ्ठल सान्निध्यात आहात, तरीही आध्यात्मिक क्षेत्रात गुरूपदेश लागतो. आम्ही विठ्ठलभक्त असलो, तरी नाथपंथी आहोत. तुम्हीही गुरू करा.

बार्शीजवळ विसोबा खेचर साधू आहेत. त्यांचा 'गुरुमंत्र' घ्या!'' श्रीविट्ठलाची संमती घेऊन नामदेवराय गुरूंच्या शोधार्थ बाहेर पडले. 'धन्य मुक्ताई!'

चांगदेव भेट

चारही भावंडे आळंदीला परतली. सिद्धबेटावर आई-वडिलांशिवाय राहत असलेल्या या निराधार मुलांना आळंदीवासीयांनी आधार दिला. ज्ञानेश्वरी म्हणजे संस्कृताच्या गाठी उकलून गीतेचे तत्त्वज्ञान सामान्यांपर्यंत पोहोचण्याचे कार्य आळंदीवासीयांना लोकोत्तर वाटले आणि ज्ञानदेवादी मंडळींचा छळ आळंदीवासीयांनी सोडून प्रेमाचा वर्षाव सुरू केला. अचानक एके दिवशी निरोप पोहोचला की, 'योगिराज' चांगदेव या भावंडांच्या भेटीला येत आहेत. त्या काळी चांगदेवांची महान विभूती म्हणून कीर्ती पसरली होती. असा योगी का येतो आहे, हे या भावंडांना कळले नाही. परंतु आळंदीकरांना या मुलांचा मोठेपणा अधिक जाणवला.

संतचरित्रकार महिपती यांनी ज्ञानदेवांच्या 'चांगदेव पासष्टी' या पासष्ट ओव्यांच्या रचनेच्या मागे असलेल्या चांगदेव-भेटीचा सोहळा वर्णिला आहे. 'चांगदेव पासष्टी' हे पासष्ट ओव्यांचे प्रकरण चांगदेवाकरिता ज्ञानदेवांनी लिहिले. यावरून लक्षात येते की, चांगदेवांचा निर्देश 'चांगया' आणि 'चक्रपाणी' या दोन नावांनी केला आहे; तर वटेश्वर हे चांगदेवांच्या आराध्य शिवलिंगाचे नाव आहे. त्यावरूनही 'चांगा वटेश्वर' हे नाव पडले आहे. नाना विद्या, कला त्यांना अवगत होत्या. पातंजल योगात ते पारंगत होते. त्यामुळे त्यांना अष्टसिद्धी प्राप्त झाल्या होत्या. योगसिद्धीच्या बळावर चौदाशे वर्षांचे आयुष्य जगलेले योगी, पण ज्ञानदेवांचे चमत्कार आणि कीर्ती ऐकून त्यांना ज्ञानदेवांच्या भेटीची इच्छा झाली. ज्ञानदेव वयाने लहान, म्हणून पत्र लिहिताना प्रथम आशीर्वाद लिहावा असे वाटले. पण ब्रह्मसाक्षात्कारी सिद्धपुरुषाला आशीर्वाद कसा द्यावा, साष्टांग नमस्कार लिहावा, असे त्यांना वाटले. या वैचारिक गोंधळात शेवटी कोरा कागदच पत्र म्हणून शिष्यद्वारा आळंदीला पाठवला. ते कोरे पत्र मुक्ताईच्या हाती पडले. सर्वांसमक्ष मुक्ताई म्हणाली, ''चौदाशे वर्षे जगून हा कोरा तो कोराच राहिला.'' सगळे कुत्सितपणे हसले. निवृत्तींना करुणा आली. ते म्हणाले, ''अंतर बोधेल असे (उत्तर) पत्र लिही!'' ते पत्र ज्ञानदेवांचे 'चांगदेव पासष्टी'च्या स्वरूपात प्रसिद्ध झाले.

ज्ञानदेव पत्रोत्तरात म्हणतात, ''श्री वटेश्वर लपला आणि जगदाभास निर्माण केला; तो प्रकटला की जगदाभासाला ग्रासून टाकतो.'' असा शांकरमायावादाचा सिद्धान्त सांगून नंतर चिद्विलासाचा अद्वैतवाद प्रतिपादिला आणि शेवटी म्हणतात,

''सख्या, तुझ्या भेटीची मलाच उत्सुकता निर्माण झाली आहे. आपण दोघे एकच आहोत, आत्मरूप आहोत. भेट ही सिद्धच आहे, मग पुन्हा भेट कसली घ्यायची? भेदाच्या अतीत असलेल्या एका पदावर आपण दोघेही आरूढ आहोत. मलाही भेट घेणे आवडेल.'' पत्र वाचताच चांगदेव भेटीस निघाले.

मात्र आपला मोठेपण दाखवत, जटा-भस्म धारण करणारे शेकडो शिष्य शंखनाद करीत निघाले. योगिराज वाघावर बसले होते. हाती सर्पाचा चाबूक होता. मार्गातील मंडळी नतमस्तक होत होती. सिद्धीचे सामर्थ्य दाखवीत योगिराज आळंदीच्या वेशीवर पोहोचले. निवृत्तीसह भावंडे सकाळी एका दगडी भिंतीवर हवा खात, चर्चा करीत बसली होती. चांगा आल्याचे कळताच निवृत्तिनाथांनी सामोरे जाण्याची इच्छा व्यक्त केली. उतरून पायी जाण्याऐवजी ज्ञानदेवांनी जड पत्थरांनाच झेप घेण्याची आज्ञा केली. भिंतीवरून ही भावंडे समोरून हवेतून येताना पाहून चांगदेवाचा गर्व उतरला. वाघावरून उतरून त्यांनी भावंडांना साष्टांग नमस्कार घातला. चारही भावंडांसमोर ते नतमस्तक झाले. ज्ञानदेवांनी मुक्ताईला आदेश करून अनुग्रह देण्यास सांगितले. मुक्ताईचे चांगदेवाच्या उपदेशाचे अनेक अभंग आणि एक पद उपलब्ध आहे आणि गुरू मुक्ताईवरही चांगदेवांच्या रचना पाहावयास मिळतात.

पाठीवर मांडे भाजले

आळंदीत विसोबा चाटी नावाचा एक कर्मठ, भोंदू ब्राह्मण राहत होता. या भावंडांचा तो द्वेष करू लागला. त्यांच्या दैनंदिन जीवनातही अडचणी निर्माण करू लागला. लोकांनी त्यांना भिक्षा देऊ नये, अजूनही बहिष्कार टाकावा असे त्याला वाटे. एकदा निवृत्तिनाथांना मांडे खावे वाटले, पण ते मांडे भाजण्यासाठी लागणारे खापर कुंभाराने विसोबाच्या सांगण्यावरून दिले नाही. बहिणीची अडचण दूर करण्यासाठी ज्ञानदेवांनी योगधारणेद्वारा पाठीवर उष्णता निर्माण करून मुक्ताईला मांडे भाजू दिले. हा चमत्कार पाहून विसोबा शरण आला. ज्ञानदेवांच्या पात्रातील उष्टे खाऊ लागला. पश्चात्तापी विसोबास 'खेचरा पलिकडे सर' असे ज्ञानोबांनी म्हटले; पण विसोबाने ऐकले नाही. तेव्हा ज्ञानदेवांनी क्षमा करून त्याचा स्वीकार केला.

इथे 'खेचरा' का म्हटले असा प्रवाद येतो, तर माध्यंदिन शाखेच्या ईशोपनिषदात शेवटचा मंत्र 'खं - ब्रह्म' असा आहे. 'खं' म्हणजे ब्रह्म आणि 'चर' म्हणजे संचार करणारा, म्हणून महान पदवी दिली. हेच विसोबा खेचर पुढे संत नामदेवांचे गुरू बनले. 'खेचर म्हणून बाजूला सारण्यातच' विसोबांनी

ज्ञानदेवाचा अनुग्रह मानला. विसोबा म्हणतात, 'महाविष्णुचा अवतार. श्री गुरू माझा ज्ञानेश्वर.' विसोबा खेचराची समाधी पंढरपूरजवळ बार्शी गावी असल्याचे सांगितले जाते.

या कर्मठपणाची निंदा आणि वारकरी संप्रदायाला उपदेश म्हणून हरिनामाचे महत्त्व सांगणारा 'हरिपाठ' ग्रंथ ज्ञानदेवांनी रचला. ज्ञानदेवांना आता तीर्थाटनाची इच्छा निर्माण झाली. त्यावर उपाय म्हणून चारही भावंडे पंढरीस आली. हरिपाठामध्ये ज्ञानदेवांनी कर्मठपणावर टीका केली आहे. ते म्हणतात :

योग-याग-विधी येणे नोहे सिद्धी। वायाची उपाधी दंभ धर्म।।
हरि मुखे म्हणा हरि मुखे म्हणा। पुण्याची गणना कोण करी।।

ज्ञानदेवांना तीर्थाटनाची इच्छा झाली. आपल्याकडे तीर्थयात्रा उतारवयात करतात. मग ज्ञानदेवांना तीर्थयात्रा का आठवली? एक तर संत नामदेवांबरोबर विचारांची देवाणघेवाण करायची होती. नामदेवरायांना पंढरी सोडवत नव्हती. पण त्यांनी पंढरी सोडून ज्ञानदेवांबरोबर तीर्थयात्रा करावी असे पंढरीरायांना वाटत होते. ज्ञानदेवांनाही त्यांना तीर्थयात्रेला घेऊन जावे असे वाटत होते. कदाचित आपल्याला आयुष्य लवकर संपवायचे आहे अशी मनात जाणीवही झाली असावी.

पंढरीस जाण्यापूर्वी चाकणचे एक भाविक महिपतराव यांच्या खास आग्रहाखातर एक दिवस त्यांच्याकडे राहून पाहुणचार घेतला. आता पंढरीची वाटचाल सुरू झाली. ज्ञानदेवाच्या आयुष्याचा आराखडा फारच अपूर्व आणि आश्चर्यकारक आहे. त्यांचे उभे आयुष्य २१ वर्षे, ३ महिने ५ दिवस इतके लहान आहे, म्हणजे शके ११९७चा जन्म, १२०७ ते १२०८ पैठणला मुक्काम; १२०९ ते १२१२पर्यंत नेवासे येथे ज्ञानदेवी अमृतानुभवाची रचना, १२१२ ते १२१६ तीर्थाटन. (ज्याचे सविस्तर वर्णन संत नामदेवांचे 'तीर्थावळी' ग्रंथात पाहावयास मिळते.) आणि शके १२१८ कार्तिक वद्य त्रयोदशीला आळंदी क्षेत्री संजीवन समाधी.

पंढरपुरास प्रस्थान

ज्ञानदेव भावंडांसह पंढरीस पोहोचले. विठ्ठलदर्शन संत नामदेवरायांची भेट झाली. तीर्थयात्रेचा प्रस्ताव मांडला. परंतु विठ्ठलाला सोडून अन्यत्र कोठेही जाणार नाही असा ठाम निश्चय नामदेवरायांनी व्यक्त केला. विठ्ठलाचे मनात ज्ञान आणि भक्ती याच्या संगमाचा प्रसार या दोहोंच्या यात्रेतून व्हावा, शिवाय नाथ संप्रदायाचे निवृत्तिनाथ सोबत आहेतच. विठ्ठलांची अनुमती मागितल्यावर देवांनीच आग्रह धरला. ते

नामदेवरायांना म्हणाले की, 'ज्ञानदेव ही परब्रह्म मूर्ती आहे. त्यांच्या सहवासाचा लाभ आणि तदुत्तर सहवासाने ज्ञानप्राप्ती व्हावी ही माझी इच्छा.'

विठ्ठलाची अनुमती घेऊन पंढरपूर क्षेत्राच्या बाह्यांगाचे द्वार नीरा-नरसिंहपूर, जेथे भीमा-नीरा एकत्र भेटतात आणि नरसिंहाचे साक्षात वास्तव्य आहे, तेथून यात्रेला सुरुवात केली. चार भावंडे, मंगळवेढ्याचे चोखोबा, अरणचे सावतोबा, तेरढोकीचे गोरोबा, परिसाभागवत नरहरी सोनार, विसोबा खेचर असा संतसमूह निघाला. रुक्मिणी-विठ्ठलांनी निरोप दिला. नीरा-नरसिंहपुरावरून कृष्णाकाठच्या कराडला मंडळी पोहोचली.

कराडचा राजा रामराय हा चाकणच्या महिपतरावांचा जावई. सीता ही कन्या महिपतरावांनी रामरायांना दिली होती. ज्ञानदेवादी मंडळींचा चाकणचा संबंध असल्याने कराडला पहिला पाहुणचार घेतला. सीताबाई विठ्ठलभक्त होती. तिचा पुत्र खूप आजारी होता. भक्तमंडळी आल्या दिनी त्याचे देहावसान झाले. निवृत्तीच्या आज्ञेने ज्ञानदेवांनी त्याला जीवदान दिले. हा चमत्कार पाहून रामरायही संतांचा भक्त झाला.

नामदेव कुवा

कराड-तऱ्हेगावानांतर संतमंडळी नर्मदातीरी आली. स्नान-शिवदर्शन करून प्रभास पट्टण, सोमनाथ तीर्थ, द्वारका, मथुरा, गया-काशी, कुरुक्षेत्र करून सर्व जण राजस्थानात बीकानेरनजीक कोलाद गावी आले. वाळवंटी प्रवास करताना ज्ञानदेव-नामदेवांना तहान लागली. ज्ञानदेवांनी लघिमा सिद्धीचा अवलंब करून विहिरीच्या तळाशी जाऊन तहान भागवली आणि योगसिद्धीने नामदेवरायांसाठी पाणी आणण्याची तयारी दाखवली. नामदेवरायांना विठ्ठलाची आठवण आली. आर्त स्वरात विठ्ठलाला हाक मारल्यावर ती विहीर पाण्याने भरून वाहू लागली. *तंव गडगडित कूप उदके ओसंडला। कल्पांती खवळला सिंधू जैसा॥* असे म्हटले गेले. त्या निर्जल प्रदेशात आजही ती विहीर एक तीर्थक्षेत्र बनली आहे. 'नामदेव कुवा' नावाने ती प्रसिद्ध आहे. नंतर शके १२१६मध्ये हा वैष्णव मेळा पुन्हा काशीस पोहोचला. (काशीला ज्ञानदेव भेटीचे स्मारक शिलास्तंभ स्वरूपात उभे आहे, असे वर्णन कै. देविसिंग चौहानांनी लेखस्वरूपात संशोधनातून मांडले आहे. त्याची काळाची नोंद वादग्रस्त आहे.)

नंतर हा वैष्णव मेळा दक्षिणेकडे औंढ्या नागनाथ येथे आला. नागनाथाची सेवा म्हणून महाद्वारासमोर नामदेवरायांनी कीर्तन सुरू केले. तेथील कर्मठ पुजाऱ्यांना

ते आवडले नाही. त्यांनी नामदेवराय आणि संतमंडळी यांना हाकलून लावले. ही संतमंडळी देवळामागे येऊन कीर्तन करू लागली. संत नामदेवराय नामस्मरणी तल्लीन झाले होते; पण आपल्यासमोर नागनाथाची मूर्ती नाही याची बोच त्यांना लागली. कीर्तनात रंग भरेना. नामदेवराय आर्त स्वरात विठ्ठलास म्हणाले,

आता का निष्ठुर अंतरी। न येसि लवकरि विठ्ठला। मजकडेस करून पाठी। राऊळी बैसला धुर्जटी। आता पाडुनी कृपा दृष्टी। पाव जगजेठी मज लागी।।

नामदेवरायांच्या मुखातून हे शब्द बाहेर पडताच संपूर्ण भव्यदिव्य देऊळ, जे पुर्वाभिमुख होते, ते पश्चिमाभिमुख बनले. आजही त्या मंदिराची तशीच अवस्था आहे. मराठी संतमंडळींच्या भक्तीचा चमत्कार पाहून क्षेत्रस्थ चकित झाले. मार्ग क्रमत असता नामदेवरायांना पंढरीची आठवण यायची. विठ्ठलाचे वारंवार स्मरण व्हायचे. अखेर सर्व मंडळी पंढरपुरी परतली. यात्रेचे मावंदे घातले. (नामदेवरायांच्या सर्वात जुन्या तीर्थावळी ग्रंथाची हस्तलिखित प्रत मराठी पुण्यातील हस्तलिखित केंद्रात आहे. (शके १५०३ - इ.स. १५८१)

संजीवन समाधी

आता ज्ञानदेवांना अवतारकार्य संपवण्याची इच्छा झाली. पांडुरंगाकडे त्यांनी समाधीची अनुज्ञा मागितली. सर्व संतमंडळींच्या साक्षीने आणि विठ्ठलाच्या हस्तेच आळंदीत 'संजीवन समाधी'चा संकल्प सोडला आणि देव-संतमंडळीसह आळंदीत परतले. परंतु भावंडांना दुःख आवरेना.

निवृत्तिनाथांनी धाकट्या भावंडाला समाधी घेण्याची अनुज्ञा कशी दिली, असा प्रश्न पडतो. पण ज्या वेळी ज्ञानदेवांनी समाधी अनुज्ञेसाठी निवृत्तिनाथांच्या चरणावर लोटांगण घातले, त्यावेळी गुरू निवृत्तिनाथ उन्मनी अवस्थेत होते; तर सोपान-मुक्ताई ज्ञानदेवांचे चरण धरून 'असा विचार करू नका' म्हणून आर्त स्वरात विनवित होते. निवृत्तिनाथ भानावर आले. म्हणाले, ''ज्ञाना, आपले आईबाबा बालपणी सोडून गेले, त्या वेळी जे दुःख झाले, त्यापेक्षा तुझ्या वियोगाने अधिक दुःख होणार आहे. हा विचार सोड. अजून आपल्याला ज्ञानजागर करायचा आहे.'' सोपान-मुक्ताई म्हणाले, ''दादा, तूच आमचा सांभाळ केलास आणि आता सोडून जाण्याची भाषा बोलतो आहेस. खूप दुःख होते आहे.''

शेवटी विठ्ठलाची अनुमती आहे म्हटल्यावर आळंदी क्षेत्री, सिद्धेश्वर मंदिरात, इंद्रायणी काठी ज्ञानदेवांसाठी समाधीस्थान तयार केले. कार्तिक वारी आटोपून वद्य एकादशीला संतांचा मेळावा आळंदीत भरला. नामदेवरायांनी समाधी सोहळ्याची

तयारी केली. चोखोबा, गोरोबा, सावता, नरहरी सोनार हे सगळे एकादशीच्या दिवशी इंद्रायणी तीरावर जमले. एकादशीचा उपवास, संत नामदेवरायांचे हरिकीर्तन, रात्री हरिजागर ज्ञानदेवांच्या आठवणी संगतीमधील गोष्टी एकमेकांना ऐकवल्या. भावनांचा कल्लोळ उठला.

संजीवन समाधीचा (सदेह वैकुंठगमनाचा) विचार ज्ञानदेवांनी का केला? अकाली आईवडील गेले, तेही समाजाने दिलेल्या देहान्त प्रायश्चित्तातून गेले. उरल्या काळात अनेक संकटांना तोंड द्यावे लागले. लोकांनी सर्वत्र छळ केला. नाथपंथ स्वीकारूनही शुद्धिपत्र मागितले. ज्ञानेश्वरीसारख्या भावपूर्ण, तत्त्वज्ञानात्मक ग्रंथाची रचना करून गुरू निवृत्तिनाथांची इच्छा पूर्ण केली. मांडे भाजण्यासाठी योगमायेने शरीर तापवून मुक्ताईची इच्छा पूर्ण केली. आणि आता 'समाधी घेऊ नये' अशी सर्वांची इच्छा असतानाही ज्ञानदेव ती का मानत नाहीत असे भावंडांना वाटत होते.

पंढरपुरातून श्रीविठ्ठल-रुक्मिणी सत्यभामेसह दाखल झाले. द्वादशीला तिसऱ्या प्रहरी केंदूरहून कान्हो पाठक आळंदीस आले. सर्व संतांच्या आग्रहावरून त्यांनी कीर्तन केले. त्रयोदशीला सिद्धेश्वराच्या समोरच नंदिकेश्वराखालून समाधी मार्ग तयार करून समाधीस्थानी तुळशी, फुले, बेलपत्र टाकून आसन तयार केले. त्रयोदशीला माध्यान्ही ज्ञानदेवाला स्नान घालून, केशरी गंध लावून, शुभ्र वस्त्रे, तुळशीमाळ आणि हाती दंड देऊन श्रीविठ्ठलाने हाताला धरून आणि निवृत्तिनाथांनी पाठीवर हात ठेवून समाधीत प्रवेश केला. संतमंडळी आर्त स्वरात भजन करीत होती. आकाश मेघांनी दाटून आले होते. सोबत ज्ञानेश्वरीची प्रतही घेतली होती. ज्ञानदेवांनी नाथपंथीचा दंड बाहेर बागेतच रोवला, तोच पुढे अजानवृक्ष झाला. आळंदीचे कुलकर्णी धावत आले. अंतोबा त्यांचे नाव. समाधीत प्रवेश करताना ज्ञानदेवांनी प्रेमाने त्यांच्या मस्तकी हात ठेवला. अंतोबांना उपदेश मिळाल्याचे समाधान झाले. त्यांचाच वंशातील सदाशिवाने 'अलंकापुरी माहात्म्य' (ज्ञानलीलामृत) नावाचा, पावणे तीनशे पानांचा ग्रंथ शके १८१७मध्ये लिहिला. ज्ञानदेव समाधीस्थानावर बसल्यावर निवृत्तिनाथ व श्रीविठ्ठल बाहेर आले. त्यांनी समाधीला दगड (शिळा) लावून समाधीद्वार बंद केले. सर्वांना दुःख झाले. मुक्ताई-सोपानाला खूप रडू कोसळले. पुढे नऊ दिवस सिद्धेश्वर मंदिरात हरिकीर्तन महोत्सव पार पडला.

ज्ञानदेवांचे आईवडील आणि त्यांची भावंडे यांवर तत्कालीन समाजाने कर्मठपणातून अन्याय केला. आईवडिलांना प्राणत्याग करावा लागला, भावंडांना

भिक्षा मागावी लागली, लोकांची सापत्न वागणूक, निंदा अशी अवहेलना सहन करावी लागली. अंगीच्या सामर्थ्यामुळे चमत्कार करून प्रतिष्ठा मिळवावी लागली आणि ऐन तरुणपणात चारही भावंडांना प्राणार्पण करावे लागले. केवढी ही समाजाची क्रूरता! समाजाच्या अन्यायाला वैतागून स्वतःला घरात कोंडून घेणाऱ्या ज्ञानदेवांना मुक्ताईने *चिंताक्रोध मागे सारा। ताटी उघडा ज्ञानेश्वरा।।* अशा स्वरूपात समजूत घालावी लागली. असो. एकंदरीतच सर्व अघटित होते.

ज्ञानदेवांच्या भावंडांविषयी थोडे अधिक जाणून घेऊ या!

निवृत्तिनाथ

जन्म माघ वद्य प्रतिपदा शके ११९०/समाधी शके १२१८

गहिनीनाथांकडून नाथपंथाची दीक्षा घेऊन नाथ संप्रदायाची मुहूर्तमेढ रोवली. भावंडांनाही दीक्षा दिली. निवृत्तिनाथांचे ३५७ अभंग आज उपलब्ध आहेत. त्यांच्या नावावर 'उत्तरगीता' ही हस्तलिखित गीतेवरची टीका आहे. (पुणे मराठी ग्रंथालयामध्ये उपलब्ध आहे.) 'निवृत्तिदेवी' किंवा 'निवृत्तीश्वरी' अशीही रचना, तसेच 'निवृत्तिसार' आणि 'समाधी बोध' असे ग्रंथ त्यांच्या नावावर आहेत. जरी नाथ संप्रदायाचे ते उपासक होते, तरी 'कृष्ण भक्त' म्हणूनही त्यांचे नाव घेतले जाते. त्यांचे अध्ययन सखोल, व्यापक, सूक्ष्म असे असावे. योग शास्त्र, षट्दर्शने, ब्रह्मसूत्र भाष्य, दशोपनिषदे, गीता, नाथपंथाचे तांत्रिक ग्रंथ यांचे अध्ययन त्यांनी केले असावे याची प्रचिती त्यांच्या रचनात दिसून येते. आपल्या भावंडांबरोबरच संत नामदेव, विसोबा खेचर, चांगदेव यांना प्रेरणा देऊन वैष्णव (वारकरी) संप्रदाय महाराष्ट्रात पसरवला.

सोपानदेव

जन्म शके ११९९ कार्तिक शुद्ध पौर्णिमा/समाधी शके १२१८ मार्गशीर्ष वद्य त्रयोदशी ज्ञानदेवांचे धाकटे बंधू. वयाच्या विसाव्या वर्षी संवत्सर (सासवड) क्षेत्री समाधी घेतली. (सासवडच्या साहित्य संमेलनाच्या गौरवग्रंथात मी त्यांच्या जीवनावर एक मोठा लेख लिहिला आहे.) सोपानदेवांच्या रचनांत एकूण ४९ अभंग आहेत. 'सोपानदेवी' (रचना श. १२१५), नमन, पंचीकरण, प्राकृत गीता, हरिपाठ अशा रचना त्यांच्या नावावर उपलब्ध आहेत. नामदेवरायांनी त्यांच्या रचनेविषयी 'सोपानदेवे ग्रंथ केला होता सार। ठेविला समोर निवृत्तीच्या।।' असे म्हटले आहे. सोपानकृत सारग्रंथ म्हणजे 'सोपानदेवी' असावी, जी ज्ञानेश्वराप्रमाणेच

भगवद्गीतेची सारभूत टीका असावी. सकल संत गाथामधील एका अभंगात सोपानदेव म्हणतात -

आपरूप हरि आपणची देव। आपणची भाव सर्व जाला।

सर्व हरि हरि बाह्य अभ्यंतरी। एक चराचरी आत्माराम।

सर्वकाळी सम नाही तेथे विषम। आपणची राम सर्व ज्योति।।

सोपान तिष्ठत रामनामी लीन। मन तेथे मौन्य एकपणे।। (स.सं.गा. १/४८)

मुक्ताई (मुक्ताबाई)

जन्म शके १२०१/समाधी शके १२१९

ज्ञानदेवांची ही धाकटी बहीण त्यांच्याइतकीच विद्वान होती. जन्म अश्विन शुद्ध प्रतिपदेला माध्यान्ह काळी आपेगावला झाला. मुक्ताईच्या जन्मकालाबद्दल विविध मतभेद संशोधकांनी व्यक्त केले आहेत. विस्तारभयास्तव दिले नाहीत. मुक्ताईला निवृत्तिनाथांकडून नाथपंथाची दीक्षा मिळाली. 'तत्त्वसार'कर्त्या चांगदेवाची गुरू मुक्ताई होती आणि वयाच्या अठराव्या वर्षी खानदेशात एदलाबादजवळ महद्ग्राम मेहुण गावी, वैशाख वद्य दशमी या दिवशी वीज अंगावर पडून गुप्त झाली, असे गावकरी सांगतात. पण समाधी कोथळी गावी आहे, अशी माहिती आहे. मुक्ताबाईचे एकूण ५५ अभंग उपलब्ध आहेत. 'ज्ञानेश्वरांची प्रभावळ' (८ अभंग), 'ताटीचे अभंग' (५ अभंग) आणि सकल संत गाथेत ४२ अभंग आहेत. आध्यात्मिक अनुभवांबरोबरच काही चमत्कृतिपूर्ण रचनाही त्यांच्या आढळतात. उदा.,

मुंगी उडाली आकाशी। तिने गिळिले सूर्याशी।।

थोर नवलाव झाला। वांझे पुत्र प्रसवला।।

विंचू पाताळाशी जाय। शेष वंदी त्याचे पाय।।

माशी व्याली घार झाली। देखोनि मुक्ताई हासली।।

एकनाथांनी 'मुक्तपणे मुक्त अशी योगीयांची विश्रांती' असे तिचे वर्णन केले आहे. संत नामदेवदेखील म्हणतात,

लहानशी मुक्ताई जैशी सणकांडी।

केले देशोधडी महान संत।।

मुक्ताई एवढी लहान असूनही तिचे जीवन एकंदरीत भव्य-दिव्य आणि विचारही उत्तुंग वाटतात. त्यामुळे मुक्ताईच्या रचनांमध्ये काही ठिकाणी अर्थ लावणे अवघड

वाटते. वेदान्ताची गहनता, अद्वैत साक्षात्काराची अनुभूती, त्यातून आत्मज्ञानाची डोकावणारी प्रतिमा अशा अनेक विचारांचा संगम मुक्ताईच्या रचनांत आढळून येतो. म्हणूनच मराठी संतकवी महिलांत मुक्ताईचे नाव अग्रक्रमाने घेतले जाते.

या प्रकरणामध्ये आपण चारही भावंडांच्या मोठेपणाचा संक्षेपाने, रचनांच्या उदाहरणांनी आणि बालवयातील महान कर्तृत्वाचा विचार केला आहे. त्यांच्याविषयी लिहिताना शब्द अपुरे पडतात, एवढे मात्र खरे!

★ ★ ★

मुखवट्यासहित समाधी

३

श्री ज्ञानदेवांचे जीवन आणि
चमत्कार मीमांसा

ज्ञानियांचा राजा गुरू महाराव। म्हणति ज्ञानदेव तुम्हा ऐसे।
ज्ञानदेवांची थोरवी गाताना तीनशे वर्षांच्या कालावधीनंतर संत तुकारामांचे हे वचन ज्ञानदेवांचा मोठेपणा दाखवते. ज्ञानदेवांच्या कालापासून भक्तिसंप्रदाय वाढत गेला. जरी ते स्वतः नाथ संप्रदायी होते, तरी भक्तिसंप्रदायात पंढरपूरचा विठ्ठल 'विठुमाउली' नावाने ओळखला जात असे. परंतु संत तुकारामांनी ज्ञानदेवांच्या कार्याचा आढावा घेऊन ज्ञानदेवांनाच 'माउली' संबोधण्यास सुरुवात केली. ती प्रथा-परंपरा आजही वारकरी संप्रदायात आषाढी-कार्तिकी पालखी सोहळ्यात पाहावयास मिळते. (१९६० ते ८० या काळात आळंदी विश्वस्तांबरोबर पालखी सोहळ्यामध्ये मी सहभागी होत असे. पण सर्वत्र एकच 'माउली-माउली'चा घोष चालत असे. वारकरी एकमेकांना संबोधतानाही 'माउली'च म्हणत.)

ज्ञानदेवांचा जन्म काळ शके ११९७ श्रावण वद्य अष्टमी म्हणजे गोकुळ अष्टमीचाच दिवस आणि समाधी संजीवनी शके १२१८ कार्तिकी वद्य त्रयोदशी दुपारी १२ वाजता. म्हणजे काळाची गणती केली तर २१ वर्षे, ३ महिने, ५ दिवस एवढेच आयुष्य त्यांच्या वाट्याला आले. त्यातही *शके बाराशे बारोत्तरी। टीका केली ज्ञानेश्वरी।।* ही गोष्ट त्यांच्या जीवनाचा केंद्रबिंदू होय. त्यांच्या आयुष्याचा विचार करताना, अधिकारी कुळात जन्म घेऊन आईवडिलांच्या वाट्याला बहिष्कार आला. त्यातूनच त्यांनी मुला-लेकरांचा त्याग करून देहान्त प्रायश्चित्त घेतले. केवळ वडिलांची इच्छा पूर्ण करण्यासाठी त्यांना आळंदीहून पैठणला जावे लागले. वाटेतच त्र्यंबकेश्वरी नाथ संप्रदायाचा प्रसाद आणि उपदेश मिळाला. मग काय जरुरी होती व्रतबंधासाठी पैठणच्या विद्वानांचे शुद्धिपत्र घेण्याची! शके १२०७-०८ या काळी पैठणला रेड्यामुखी वेद बोलविले, तेही गुरू निवृत्तिनाथांच्या

आझेवरून. या भावंडांच्या जीवनातील जे पाचसहा चमत्कार घडले, ते फक्त आणि फक्त ज्ञानदेवांनीच केले. इतर भावंडांत ते सामर्थ्य होते. नंतर नेवासे येथे येऊन ज्ञानेश्वरी आणि अमृतानुभव यांची रचना केली. हा काळ होता शके १२०९ ते १२१२. नंतर शके १२१२ ते १२१६ तीर्थाटन आणि गुरू निवृत्तिनाथांच्या आझेने आणि श्रीविठ्ठल-नामदेवराय यांच्या हस्ते शके १२१८मध्ये संजीवन समाधी. इथे असा प्रश्न उभा राहतो की ज्ञानदेवांचा मोठेपणा सर्व संतांना माहीत होता, मग त्यांनी या गोष्टीला संमती कशी दिली? आणि परमेश्वर भक्तांचा जीवनरक्षक म्हणूनच ओळखला जातो, तर श्रीविठ्ठलांनी ज्ञानदेवांना समाधी मंदिरात स्वहस्ते का पोहोचते केले? समाधीला दगड लावून बंद करताना निवृत्तिनाथांनी कठोरपणा का दाखवला? लहान भावंडे शोकाकुल असताना त्यांच्या मनाचा विचार कोणीच का केला नाही?

ज्ञानदेवांच्या जीवनाचे काही गोष्टींमुळे भाग पडतात. त्यातील महत्त्वाचा केंद्रबिंदू म्हणजे ज्ञानेश्वरी लेखन, लेखनापूर्वीचा जीवनकाळ आणि लेखनानंतर त्यांच्या अध्यात्म योग्यतेचा नंतरचा काळ असे दोन भाग महत्त्वाचे असल्याचे काही संशोधकांनी मानले आहेत. तसेच ज्ञानेश्वरी लेखनापूर्वींच्या आयुष्यात आळंदीतील, पैठणला जाण्यापूर्वींचे जीवन आणि पैठण भेटींतले जीवन, आणि त्यानंतर शके १२१२मधील ज्ञानेश्वरी लेखनानंतर १२१८पर्यंतच्या सहा वर्षांच्या काळात भक्तिसंप्रदायासाठी केलेले कार्यही अपूर्व आहे. नामदेवरायांना तीर्थयात्रेला पाठविण्याचा श्रीविठ्ठलाचा काय हेतू होता? नामदेवराय देवाच्या जवळचे भक्त होते, मग ज्ञानदेवांची व त्यांची मैत्री व्हावी म्हणून तीर्थयात्रेवर पाठवले काय? आणि पुढच्या काळातही नामदेवरायांनी वयाच्या ऐंशी वर्षांपर्यंत पुनःपुन्हा तीर्थयात्रा केल्याची नोंद आहे. संत नामदेवांसारख्या भक्ताला पंढरी सोडून तीर्थयात्रा कशासाठी कराव्या लागल्या हेदेखील लक्षात येत नाही.

वयाच्या दहाव्या वर्षी नाथपंथाची दीक्षा गुरू निवृत्तिनाथांकडून स्वीकारली. नाथ संप्रदाय शैवपंथाचा, आणि भक्ती (वारकरी) संप्रदाय वैष्णवपंथाचा या दोहोंच्या जबाबदाऱ्या त्यांना लहानपणी सांभाळाव्या लागल्या, एवढे मात्र खरे! सरळ, साधे जीवन बालपणी वाट्याला आले नाही. गुरूंच्या आझेवरून पाठीवर मांडे भाजणे, योगी चांगदेवांचे गर्वहरण करण्यासाठी निर्जीव भिंत चालवणे, पैठणमधील ब्रह्मवृंदांना स्वतःची ओळख देण्यासाठी महिषामुखी वेद वदवणे, त्यानंतर नेवासे येथे सच्चिदानंदाला मृतावस्थेतून जिवंत करणे, राजस्थानच्या यात्रेत कोरड्या विहिरीत पाणी आणणे आणि औंढ्या नागनाथाचे मंदिर फिरवणे असे अनेक चमत्कार

एकवीस वर्षांच्या आयुष्यात त्यांनी केले. आणि भक्तगणांच्या साक्षीने, भावंडांच्या उपस्थितीत, मोक्षमार्ग दाखवणाऱ्या गुरू आणि साक्षात ईश्वर यांच्या हातून समाधी घेणे, हा शेवटचा महान चमत्कार होय!

एकीकडे *तुम्ही तीर्थयात्रा न वचावे। उपास तापास न करावे।* म्हणून स्वतः नामदेवरायांसाठी हे व्रत स्वीकारले. समाधीच्या अलीकडच्या काळात धार्मिक, ईश्वर भक्ताचा 'मृत्युकाल' त्याला 'समाधी' काळ म्हणतात, पण स्वतः मात्र समाधीचा विचार ज्ञानदेव *समाधी साधन। संजीवन नाम। शांती दया सम सर्वाभूती।।* असे मांडतात.

ज्ञानदेवांच्या समाधीनंतर गुरू निवृत्तिनाथ म्हणतात -
अरे अरे ज्ञाना झालासे पावन।

संजीवन समाधीबद्दल संत नामदेव म्हणतात, 'जे दिसत नाही, केवळ जाणवते त्यालाच केवळ संजीवन किंवा चैतन्य म्हणतात.'

समाधीचा संबंध पंचमहाभूतांशी (पृथ्वी, आप, तेज, वायू, आकाश) जोडला गेला आहे. पृथ्वी म्हणजे 'भूमी'मध्ये स्वतःला गाडून घेणे किंवा मृत्यूनंतर भूमीमध्ये शरीर पुरणे हा एक समाधीप्रकार आहे. अलीकडे व्यक्तीच्या शरीराऐवजी त्याच्या अस्थी तीर्थक्षेत्री, नदीतीरी, वाळूत पुरतात. त्यावर पादुकांचे मंदिर उभारतात. (आळंदीत इंद्रायणी काठी अशी अनेक मंदिरे होती. काही वर्षांपूर्वी ती मंदिरे पाडून भक्तगणांसाठी वाळवंट मोकळे केले. क्षेत्र पंढरपुरी संजीवन समाधी नाहीच, पण अस्थी पुरण्यासाठीसुद्धा 'कलेक्टरची परवानगी' लागते.)

भूमीनंतर 'आप', म्हणजे तीर्थाच्या पाण्यात जिवंतपणी किंवा मृत्यूनंतर शरीर सोडून द्यावयाचे. प्रभु रामचंद्रांनी स्वतःला अयोध्येतील शरयू नदीच्या प्रवाहात समर्पित केले. अलीकडेच पंढरपूर क्षेत्रीचे, संत दासगणूंचे शिष्य स्वामी वरदानंद भारती (कै. अनंतराव आठवले) यांचा देह हिमालयाच्या गंगाप्रवाहात मृत्यूनंतर सोडण्यात आला.

'तेज' म्हणजे अग्नी. सर्वसाधारण मृत मानवांना चितेवर ठेवून, पुत्राकरवी अग्नी देऊन तिसऱ्या दिवशी त्यांच्या अस्थी नदीपात्रात विसर्जित करतात.

चौथे महाभूत आहे 'वायू'. प्राणायामाद्वारे श्वास थांबवून मृत्यू पत्करणे हा चौथा प्रकार मानला जातो. अनेक संन्यासी असा मृत्यू पत्करतात.

शेवटचे तत्त्व आहे 'आकाश'! संत तुकाराम गरुडावर आरोहित होऊन आकाशाकडे झेपावल्याचे परंपरा सांगते.

हे पाच प्रकार समाधीसाठी वापरले जातात. तेजाचा आणखी एक प्रकार आहे. मुक्ताईने स्वतःला विद्युल्लतेच्या स्वाधीन केले. त्यामुळे मुक्ताईचे शरीर (प्राणरहित) मिळाले नाही, असे काही लेखक म्हणतात.

ज्ञानदेवांनी संजीवन समाधीसाठी आळंदी क्षेत्रच निवडले. पंढरपूर, नेवासे, पैठण आदी ख्यातनाम तीर्थे बाजूला सारून आळंदीला का समाधी घेतली? याचे एक कारण म्हणजे आळंदी हे शिव-शक्ती सामरस्याचे एक अद्वितीय पीठ होते आणि सिद्धेश्वराचे सान्निध्य आणि इंद्रायणीचा काठ असा अनन्य योग तेथे होता. ज्या पिंपळाला मातोश्रीने प्रदक्षिणा घालून पतीला परत गृहस्थाश्रमी आणले, तो तेथे होता. नाथपंथ स्वीकारल्यावर प्रतीकात्मक 'दंड', जो समाधीला जाताना हाती होता, तो बाहेरच रोवला. त्याचाच अजानवृक्ष झाला. आज इंद्रायणी-कुबेर-गंगाच्या संगमाजवळच्या सिद्धबेटावर असंख्य अजानवृक्षाची रोपे पाहावयास मिळतात. संत एकनाथ यांनी आळंदीचा शोध घेताना सिद्धबेटावरच्या अजानवृक्षांच्या झाडीवरून समाधीस्थानाचा शोध लावला. तो अजानवृक्ष आज भाविकांचे पवित्र स्थान झाले आहे. अनेक स्त्री-पुरुष झाडाच्या छायेत बसून ज्ञानेश्वरीचा पाठ करतात.

अशी एक हकिकत आहे –

होळकर संस्थानाचे रामजी[३] पंढरपूरच्या प्रल्हाद महाराजांचे शिष्य झाले. माउलींची सेवा व्हावी या हेतूने गुरूंच्या सांगण्यावरून आळंदीस आले. ते वर्ष होते इ.स. १६९३. एक वर्ष अजानवृक्षाखाली बसून ज्ञानेश्वरीची नक्कल तयार केली. पूर्ण होण्यास एक वर्ष लागले. त्यांनी ती प्रत गुरू प्रल्हाद महाराज बडवे यांना अर्पण केली. पुढे होळकर संस्थानाने ती प्रत मागितली. बडवे कुळातील व्यक्तीने मूळ ग्रंथाची झेरॉक्स काढून ग्रंथ होळकर संस्थानाकडे रवाना केला. ती पूर्ण झेरॉक्स प्रत पुण्याच्या मराठी हस्तलिखित केंद्रात आहे. सध्या हा संग्रह आळंदीत 'निवृत्तिनाथ ग्रंथालया'त ठेवला. संत साहित्यावरील १५०० हस्तलिखिते त्यात आहेत. एकनाथांनी अजानवृक्षाचे रोपटे पैठणला नेले. अलीकडे एका सामाजिक वृक्षप्रेमी संस्थेने विविध संस्थांत अजानवृक्षाची रोपे लावण्याचा प्रकल्प सुरू केला आहे. निवृत्तिनाथ ग्रंथालयातही अजानवृक्ष पाहावयास मिळतो.

संजीवन समाधीमुळे आळंदी क्षेत्र जगभर विख्यात झाले आहे. भारतीय विद्येचा अभ्यास करणारे पाश्चात्त्य संशोधक आवर्जून आळंदी क्षेत्राला जाऊन येतात; कारण 'ज्ञानेश्वरी'कर्ता त्या ठिकाणी वास करतो आहे. आळंदीतील ज्ञानदेवांच्या संजीवन

---

३. राम उपाध्ये (श्री. प्रल्हाद महाराज बडवे यांचे शिष्य) यांची ज्ञानेश्वरी प्रत (शके १६१४), होळकर वाडा, पंढरपूर

समाधीचा रस्ता सिद्धेश्वराच्या समोरच्या नंदीच्या स्थानाखाली आहे. पूर्वी लोक या नंदीचे, म्हणजे समाधी मार्गाचे दर्शन घेत असत. (आता तो भाग बंद करून टाकला आहे. सध्या लोखंडी जाळी टाकल्याने नंदीचे दर्शन घेता येत नाही.) ज्ञानेश्वर माउली समाधीत बसताना सिद्धेश्वर सन्मुख बसली आहे आणि आता दर्शनासाठी आत गेल्यावर आपण माउलीच्या उजव्या मांडीजवळ दर्शन घेतो, असे जाणकार सांगतात. 'पाण दरवाजा' म्हणजे इंद्रायणीकडे जाण्याचा मोठा रस्ता. त्याशेजारी ओवरीत ध्यान मंदिर आहे. दहाबारा पायऱ्या उतरून खाली जावे लागते, म्हणजे दहाबारा फूट खोल मंदिर आहे. सुमारे पन्नास लोक बसतील अशी उत्तम बांधीव जागा, समोर ध्यानाची प्रतिमा, शांत स्थान. माउलींच्या समाधीस्थानाची तीच खोली आहे असे म्हणतात. सध्या हे ध्यानमंदिर बंद आहे. माउलींची पालखी निघाली की अनुमतीसाठी सिद्धेश्वराचा कळस हलतो असे म्हणतात. त्यावर विविध विधाने केली गेली. परंतु डेन्मार्कच्या प्रा. एरिक सँडने स्थिर कॅमेरा लावून कळस हलत असल्याची खात्री करून घेतली आणि त्यांच्या लेखनात नोंदवलीदेखील.

श्रीविठ्ठलाच्या पंढरीतील मंदिरात प्रवेश करताना पहिली पायरी 'नामदेव पायरी' म्हणजे संत नामदेवांचे समाधीस्थान मानले जाते. तसेच ज्ञानदेवांच्या मंदिरात महाद्वारातून प्रवेश करताना पितळी मढवलेली पायरी लागते, तीवर दगडी पादुका आहेत. ती पायरी माउलींचे परमभक्त 'हैबत बाबा' यांचे स्मृतीस्थळ आहे आणि आत गेल्यावर डाव्या हाताला हैबत बाबांची समाधी असल्याचे सांगतात. हैबत बाबा शिंदे सरकारच्या नोकरीत - सैन्यात होते. माउलींच्या भक्तीमुळे सेवेसाठी, विशेषतः पालखी सोहळ्यासाठी त्यांनी खूप परिश्रम घेतले. ती हैबतरावाची पायरी महाद्वारातून प्रवेश करताना लागते.

ज्ञानदेवांचे चरित्र आपण संक्षिप्त स्वरूपात पाहिले. त्यामध्ये काही विवाद्य मुद्दे आहेत, असे काही अभ्यासकांनी लिहिले आहे.

विठ्ठलपंतांच्या विवाह-वर्णनात त्यांच्या मातापित्याचा उल्लेख नाही. हा विवाह ज्येष्ठ महिन्याच्या शेवटच्या मुहूर्तावर आळंदीत झाला, असे प्राचार्य सोनोपंत दांडेकर यांनी म्हटले आहे. (अर्थात, क्षेत्रामधील विवाहविधी मुहूर्त पाहून केले जात नाहीत.) अर्थात हे विधान संत नामदेवांच्या 'आदि' प्रकरणावरून केले आहे, असे दांडेकर म्हणतात. परंतु हा विचार प्रा. रा. ग. हर्षे यांना मान्य नाही. तरीही वृद्ध माता-पिता यांच्या अनुपस्थितीत विवाह होणे अशक्य नाही, असे तर्कतीर्थ लक्ष्मणशास्त्री जोशींनी म्हटले आहे. त्यांच्या मते विठ्ठलपंतांच्या एकंदर जीवनपद्धतीचा विचार करता असे होणे शक्य आहे. संत ज्ञानदेवांच्या चरित्रासाठी

संत नामदेवांच्या 'आदि, तीर्थावळी व समाधी' यांच्या संदर्भातून मुख्यत्वे प्रकरणे चरित्रकारांनी लिहिली आहेत. काही ठिकाणी चरित्रकार माहिती वा अन्य प्राचीन चरित्रकारांचा आश्रय घेतात.

साधारणपणे ज्ञानदेवांच्या जीवनाचा आलेख थोडक्यात असा : जन्म शके ११९७, शके १२०७-०८ला पैठणवारी, शके १२०९ ते १२१२ नेवासे येथे ज्ञानेश्वरी लेखन आणि अमृतानुभव लेखन, १२१२ ते १२१६ तीर्थाटन आणि शके १२१८मध्ये संजीवन समाधी. एवढेच त्यांचे भौतिक जीवन होते. भौतिक जीवनापेक्षा आध्यात्मिक जीवन अधिक मोठे होते. ज्ञानदेवांच्या भक्तमंडळींत चार प्रकार आढळून येतात. एक त्यांनी अवतारी (विष्णूचा) पुरुष मानणारे, दोन त्यांचे सांप्रदायिक उपासक. तिसरा वर्ग म्हणजे, संत आणि आदर्श व्यक्ती म्हणून विश्वास टाकणारे आणि चौथा प्रकार निर्हेतुकपणे त्यांना इतर जनांप्रमाणे मानणारे (नास्तिक). म्हणजे एखाद्या ठिकाणी ज्ञानदेवाचीच मूर्ती स्थापन करणारा, दुसरा पारंपरिक उपासना, भजन-कीर्तन करणारा, तिसरा संत म्हणून नित्य मानणारा आणि चौथा केवळ उपचार म्हणून मूर्ती पाहणारा अशी भाविकांची वर्गवारी करता येईल.

विठ्ठलपंतांचे गुरू नृसिंहाश्रम की रामानंद यावरही चरित्रकारांनी चर्चा केली आहे, पण निर्णय कसा घ्यावा याबद्दल ठोस प्रमाण सापडत नाही. याबाबतीत एक गोष्ट ध्यानात ठेवायला हवी. ती म्हणजे, आनंद वा चैतन्य या संज्ञांनी विशिष्ट संप्रदाय निश्चित होत नाही. कारण संन्याशाचा योगपट्ट विधी झाल्यावर 'तीर्थ-आश्रम-वन-अरण्य-गिरी-पर्वत-सागर-चैतन्य-सरस्वती-भारती-पुरी-आनंद यांपैकी कोणतेही गुरूंना मान्य असलेले नाव शिष्याने स्वीकारावे असे संन्यासविषयक धर्मशास्त्र सांगते. तसेच गुरूचे नाम आनंद असल्यास तो एक संप्रदाय होय असे ठरत नाही. शिष्याचे नावही आनंद असावे असे ठरत नाही. उदाहरणार्थ, माधवाचार्यांचे संन्यास आश्रमातील नाव विद्याारण्य होते आणि गुरूचे आनंद आणि भारती होते.' अशा पद्धतीत तर्कतीर्थ जोशींनी विठ्ठलपंतांच्या गुरूबद्दल विचार मांडला आहे. परंतु नामदेवरायांनी संन्याशाची व्याख्या देताना म्हटले आहे की, 'संकल्पविरहित मन म्हणजे संन्यास होय.' तेव्हा विठ्ठलपंत चैतन्याश्रम म्हणून घरी परतले याचा विचार सोडून द्यावा लागतो.

ज्ञानदेवांच्या चरित्रात फक्त त्यांनीच चमत्कार का केले? देवत्व लाभलेल्या व्यक्तीला चमत्कार करण्याची गरज होती का? संतचरित्रात चमत्कार दाखवणे आवश्यक असते का? धार्मिक कथांमध्ये किंवा संतचरित्रात पुराणकथांचा भाग

(चमत्काराचा) आवश्यक असतो. त्या कथांच्या आधारे त्यांचे नंतर साहित्य निर्माण झालेले असते. म्हणून संतचरित्रातील चमत्कार कल्पित असू शकतात हे लक्षात येऊनही घ्यावे लागतात, असे मत तर्कतीर्थ लक्ष्मणशास्त्री जोशी यांनी व्यक्त केले आहे. (*मराठी वाङ्मय कोश १*, गं. दे. खानोलकर, पृ. ४३५)

समाधीतील स्पंदने : रा. श्री. मोरवंचीकर यांच्या ग्रंथावर लेख लिहिताना लेखिका मुक्ता गरसोळे यांनी काही प्रश्न ज्ञानदेवांच्या जीवनावर सामान्य वाचकांच्या भूमिकेतून उभे केले आहेत.

त्या म्हणतात :

- विठ्ठलपंतांचे सासरे सिधोपंत तेवीस गावांचे वतनदार असूनही त्यांच्या जावयाला वाळीत टाकतात. लोकांना काही वाटले नाही का?

- एवढ्या लहान वयात ज्ञानदेवांनी शिक्षण कुठे, कसे घेतले अन् त्यांचे गुरू कोण होते?

- सर्वच अवतारी पुरुषांच्या निष्कलंक चरित्राचा नेहमीच हृदयद्रावक अंत का होतो?

- ज्ञानदेवांनी पैठण, नेवासे, पंढरपूर ही क्षेत्रे सोडून आळंदीतच आणि संजीवन समाधी का घेतली?

ज्ञानदेवांच्या जीवनावर अनेक अभ्यासकांनी विविध प्रश्न उभे केले आहेत. त्या सर्वांचा विचार करणे, त्याला उत्तर देणे याचा जास्ती विचार विस्तार-भयास्तव केलेला नाही. [४]

ज्ञानदेवांच्या समाधीनंतर सोपानदेव (सासवड), मुक्ताबाई (मेहूण/जळगाव) आणि निवृत्तिनाथ (त्र्यंबकेश्वर) यांनी एक वर्षाचे आतच समाधीस्थ झाले.

ज्ञानेश्वरी-रचनेच्या काळात महाराष्ट्राची राजकीय आणि सांस्कृतिक पार्श्वभूमी फार संपन्न होती. या काळात भौतिक आणि आध्यात्मिक तत्त्वज्ञानाचा उत्कर्ष होत गेला. ज्ञानेश्वरी हे त्या काळाच्या ऊर्जितावस्थेचे प्रतीक आहे. धर्म, तत्त्वज्ञान आणि काव्य यांची अनुपम परिणती म्हणजे ज्ञानेश्वरी. सातशेहून अधिक

---

४. ग्रंथाच्या संपादकांनी प्रश्न केला की लेखकांना ज्ञानदेवांच्या जीवनातील समस्यांबाबत काय वाटते हे थोडक्यात सांगावे. या बाबतीत डॉ. मोरवंचीकर यांच्या *समाधीतील स्पंदने* या ग्रंथात विविध विचार मांडले आहेत. तरीही संतांच्या जीवनात व्यावहारिक अडचणी का येतात, त्या कशा सोडविल्या जातात, नंतरच्या काळात अभ्यासक त्यांचे विश्लेषण कसे करतात हे मी जवळून पाहिले आहे. त्यामध्ये पारंपरिक सांप्रदायिकांची मते, विश्लेषकांची मते, विदेशी अभ्यासकांची मते अशी भिन्नता असू शकते. म्हणून या प्रश्नांची उत्तरे देण्याचा प्रयत्न मी केला नाही.

वर्षे लोटली असली, तरी ज्ञानेश्वरीचे मोठेपण अजूनही अबाधित आहे. ज्ञानेश्वरीच्या जन्मापूर्वी शंभर वर्षे मराठी भाषा आणि तीमधील साहित्य विकास पावत होते. यादवराजे म्हणजे यदुवंश विलास, सकलकला निवास आणि न्यायाचा परिपोष असे त्यांचे वर्णन प्राचीन ग्रंथांमध्ये आढळते. दोन-अडीचशे वर्षांत भास्कराचार्य (गणित, ज्योतिष), हेमाडपंत (स्थापत्य, मूर्ती, मंदिर) आणि बोपदेव (वैद्यक, व्याकरण, पुराण, ज्योतिष) अशा क्षेत्रांतील दिग्गज व्यक्ती होऊन गेल्या. त्या दृष्टीने पाहिल्यास महाराष्ट्रात भागवत संप्रदाय, नाथ संप्रदाय, अद्वैत विद्याभ्यासक वारकरी सांप्रदायिक या सर्वांना ज्ञानेश्वरीकाळात प्रतिष्ठा लाभलेली दिसून येते.

चमत्कार मीमांसा

ज्ञानदेवांच्या आणि भावंडांच्या जीवनात समाजाने दिलेला त्रास आणि तोही लहान वयात, असे कोणत्याही मराठी संताच्या जीवनात घडले नाही. चमत्कार फक्त ज्ञानदेवांनीच केले. वास्तविक निवृत्ती हे त्यांचे वडील बंधू आणि योग गुरू. ते योगसामर्थ्याने काहीही करू शकले असते. परंतु त्यांच्या आज्ञेवरून ज्ञानदेवांनी चमत्कार केले.

पहिला चमत्कार महिषामुखी (रेड्यामुखी) वेदपठण. त्याचा विचार असाही करता येतो की, चातुर्वर्ण्यामुळे वेद ब्राह्मणांनीच म्हणावे, इतरांना तो अधिकार नाही, तेही मौंज झाल्यावर वेदाध्ययन करावे. ज्ञानदेवांना दाखवून द्यायचे होते की वेद प्राणीसुद्धा बोलू शकतात. नंतरच्या काळात

१ - *वेद अनंत बोलला। अर्थ इतुकाची साधला।।*
      विठोबासी शरण जावे। निजनिष्ठा नाम घ्यावे।।

२ - *वेदांचा तो अर्थ आम्हासिस ठावा।*
      इतरांनी केवळ भार वहावा।।

३ - *चारी वेद जयासाठी। त्याचे नाम धरा कंठी।*
      न करी आणिक साधन। कष्टसी वाया वीण।।

असे संत तुकारामांचे काही अभंग हे नामाचे अधिष्ठान आणि भक्तियुक्त उपासनेसाठी वारकरी संप्रदायात आजही प्रचलित आहे. वर्णाश्रमींची पाखंडता मोडण्यासाठी आणि आत्मा सर्वत्र एकच आहे हे दाखवण्यासाठी योगमार्गे हे पैठण क्षेत्री करून दाखवले आणि हे योगसामर्थ्य आहे.

योगी चांगदेव चौदाशे वर्षे आयुष्य मिळवून योग सामर्थ्य शिकले, पण त्या शक्तीचे वैभव, तिचा मोठेपणा दाखवण्यासाठी ज्ञानदेवांच्या भेटीस शेकडो

शिष्यांसह, वाघासारख्या क्रूर आणि सर्पांसारख्या विषारी जीवांचा वापर करून लोकमान्यता आणि ज्ञानदेवादी भावंडांना शक्तिसामर्थ्य दाखविण्यास आळंदीकडे आले. त्यांची ही घमेंड उतरविण्यासाठी निवृत्तिनाथांच्या आज्ञेने निर्जीव पाषाणाची भिंत चालवून चांगदेवांचे गर्वहरण केले आणि चांगदेव पासष्टीतून उपदेशही केला. इथेही ज्ञानदेवाचे योगसामर्थ्यच वापरले गेले. पण त्यातून आळंदीकर काही शिकले का? विसोबा चाटी मत्सर करीतच राहिले.

अशा चमत्कारांनी महत्त्व प्राप्त झालेल्या चार भावंडाना पैठण-नेवासे-त्र्यंबकेश्वर यात्रा करून वडिलांनी बांधलेल्या सिद्धबेटावरच्या झोपडीतच राहावे लागले. सिधोपंत नावाच्या एका मोठ्या अधिकारी माणसाच्या नातवांना आयुष्याची गुजराण करण्यासाठी भिक्षा मागावी लागली. एकदा भिक्षाप्रसंगी अपमान-छळ झाल्यावर स्वतःला कोंडून घेतल्यावर, *चिंता क्रोध मागे सारा। ताटी उघडा ज्ञानेश्वरा।। योगी पावन मनाचा। साही अपराध जनाचा।। विश्व झालिया वन्ही। संत मुखे व्हावे पाणी।।* मुक्ताईने, धाकट्या बहिणीने, ज्ञानी भावाला उपदेश केला आहे. यातूनच पाठीवर मांडे भाजण्याचा चमत्कार निर्माण झाला.

या संबंधात चित्रपटात ज्ञानदेवांची अनेक वेळा भूमिका करणारे कै. शाहुराव मोडक यांच्याशी माझी चर्चा झाली होती. जेव्हा ते पुण्यात राहायला आले होते त्या वेळी.

त्यानंतरचा चमत्कार म्हणजे, राजस्थानातील वाळवंटी ओसाड प्रदेशात तीर्थयात्रा करताना विहीर पाण्याने भरून वाहिली; आणि औंढ्या नागनाथ मंदिराच्या महाद्वारासमोर कीर्तनाला परवानगी नाही म्हटल्यावर मंदिर फिरवून दाखवले. अर्थात हे दोन चमत्कार संत नामदेवांचे आहेत असे म्हणतात. पण पंढरपुरी जीवनात संत नामदेवांनी काही चमत्कार केल्याची नोंद नाही.

तसे विठ्ठलभक्तांनी आपल्या जीवनात अनेक चमत्कार केल्याची उदाहरणे कमी आढळतात. चोखोबा, सावता माळी, दामाजीपंत, जनाबाई, कान्होपात्रा आदी संतांच्या जीवनात क्वचित एखादा चमत्कार आढळतो. मग ज्ञानदेवांचे चमत्कार योगविद्येचे प्रतीकच म्हणावे लागेल. नाथ संप्रदायात याला एक उदाहरण आहे. मत्स्येंद्रनाथ आपल्या शिष्यासह – गोरक्षासह भ्रमंती करत होते. एके ठिकाणी चिखलाची मूर्ती बनवत असता गोरक्षनाथ संजीवनी मंत्र म्हणत होते आणि आश्चर्य म्हणजे त्या मातीच्या मूर्तीला सजीवत्व आले आणि तेच पुढे 'गहिनीनाथ' झाले, अशी सांप्रदायिक कथा आहे. तसे नाथयोगींनी अनेक चमत्कार केलेले

लक्षात येतात. मत्स्येंद्र, गोरक्ष, कानिफ या नाथांचे जन्मही विचित्र अवस्थेतून झाल्याचे लक्षात येते. तेव्हा नाथपंथी ज्ञानदेवांनी लहान वयात चमत्कार केले यात काही वेगळेपण नाही.

खरा चमत्कार ज्ञानदेवी रचनेचा आहे. भगवद्गीतेच्या अवघड, तात्त्विक, संस्कृत, दुर्मीळ सातशे श्लोकांचे नऊ हजार ओव्यांत रूपांतर, तेही तीन वर्षांत म्हणजे नऊशे दिवसांत आणि लोकभाषा मराठीत करणे हे अपूर्व म्हणावे लागेल. संशोधकाच्या दृष्टीने (विनान्द कॅलेवर्ट, बेल्जियम) एकूणच गीतेच्या भाषांतरातील हा ग्रंथ पहिलाच आहे.

त्यानंतर ज्ञानेश्वरीच्या (भावार्थ दीपिकेच्या) रचनेतून जो तत्त्वज्ञानाचा अनुभव मिळाला; जो अमृतमय होता. त्यातून अमृतानुभवाची (अनुभवामृताची) रचना त्यांनी गुरू निवृत्तिनाथांच्या सांगण्यावरून केली. ज्ञानदेवांचे अभंगही अपूर्व रचनायुक्त आहेत. *तुज सगुण म्हणू की निर्गुण रे। सगुण निर्गुण एकु गोविंदु रे।* किंवा अभंग रचनेची सुरुवात *रूप पाहता लोचनी। सुख झाले हो साजणी। तो हा विठ्ठल बरवा । तो हा माधव बरवा।* ह्या सगळ्या रचना 'ज्ञानदेव' नाव शेवटी न घालता 'बाप रखुमादेवी वरू' या नावानेच प्रसिद्ध झाल्या आहेत.

संजीवन समाधी, तीही वयाचे एकविसावे वर्षी, मोक्षदायी, विठ्ठलाच्या हस्ते. अनेक संत भागवत धर्मासाठी प्रदीर्घ आयुष्य जगले. काव्यरचना करून त्यांनी संप्रदाय वाढवला. मग ज्ञानदेवांनाच एवढ्या कोवळ्या वयात समाधी का घेतली असावी? 'संजीवन समाधी' ही एक अपूर्व आणि आश्चर्यकारक घटना म्हणावी लागेल, ज्याला संपूर्ण संतसाहित्यात तोड नाही.

★ ★ ★

संत श्रीज्ञानदेवांच्या रचना
संक्षिप्त स्वरूपात

ग्रंथ ज्ञानेश्वरीचे मूळ, महाभारतात कौरव-पांडवांच्या युद्धभूमीवर कुरुक्षेत्री भगवान श्रीकृष्णाने अर्जुनाला कर्तव्याची जाणीव करून देण्यासाठी सांगितलेले सातशे श्लोकांचे तत्त्वज्ञान देणारी भगवद्गीता. इसवी सनपूर्व काळात संस्कृत भाषेत निर्माण झालेल्या या ग्रंथाची जगभर विविध भाषांतून रूपांतरे झाली. सुमारे वीस वर्षांपूर्वी बेल्जियमचे संशोधक प्रा. विनान्द कॅलेवर्ट यांनी 'गीता भाषांतरा'चा एक महान प्रकल्प पूर्ण केला. जगभरातील विविध देशांत भारताचा हा तत्त्वचिंतनात्मक ग्रंथ ७२ भाषांतून भाषांतरित झाला. कोणत्या देशात, कोणत्या विद्वानाने, कोणत्या भाषेत, केव्हा वगैरेंची सविस्तर नोंद त्यांच्या ग्रंथात आहे. १७८५मध्ये कलकत्त्यातील (आताचे कोलकाता) एशियाटिक सोसायटीच्या प्रा. विल्किन्सने गीतेचे प्रथम इंग्रजी भाषांतर केले आणि मग अनेक भाषांतरे ठिकठिकाणी होत गेली. पण प्रा. कॅलेवर्ट म्हणतात, 'शके १२१२मधील (इ.स. १३००) संत ज्ञानदेवांचे मराठी भाषांतर हे गीतेचे पहिले रूपांतर होते.'

भांडारकर प्राच्यविद्या संस्थेचे संस्थापक डॉ. एस. के. बेलवलकर एकदा लंडनच्या ब्रिटिशकालीन इंडिया ऑफिस लायब्ररीमध्ये भगवद्गीतेच्या प्रतीचा शोध घेण्याकरिता गेले होते. कारण त्यांना गीतेच्या हस्तलिखिताचा वापर करून चिकित्सक आवृत्ती काढायची होती. ग्रंथपालांनी संदर्भग्रंथ काढून दिले आणि म्हटले, ''भारतीयांना सांगा की आता गीतेवर लिहिणे थांबवा; कारण त्याची नोंद करणे आम्हालाही त्रासदायक होते.''

या संवादातून एक शोध मात्र लागला. जगात धार्मिक विषयावर बायबल पहिल्या क्रमांकावर, तर भगवद्गीता दुसऱ्या क्रमांकावर आहे. भारतभर गीतेचा अभ्यास करणाऱ्या संस्था आणि प्रकाशन करणारी प्रकाशनेही अनेक निघाली.

''अशा महान ग्रंथाचे एवढ्या लहान वयात (पंधराव्या वर्षी) गीतेच्या तत्त्वज्ञानात्मक सातशे श्लोकांच्या ग्रंथाचे मराठी भाषांतर, नव्हे रूपांतर नऊ हजार ओव्यांत. सुमारे तीन वर्षांत (म्हणजे सुमारे ९०० दिवसांत), आणि तेही प्रतिदिनी गीतेच्या एका श्लोकावर १० ते १५ ओव्या रचणे, तीही एक ओवी साडेतीन मात्रांची, म्हणजे तीमध्ये दहा ते पंधरा शब्दांची अंतर्भाव असणारी, प्रत्येक ओवीत एक महाविचार, एक अपूर्व तत्त्वज्ञानाचा मंत्र, त्यामुळे ही सर्व रचना त्या वयाला अवघडच होती.''

(समाधीतील स्पंदने, डॉ. मोरवंचीकर)

म्हणूनच संत नामदेव म्हणतात, 'एक तरी ओवी अनुभवावी'. ज्ञानदेवही स्वतः रचना करताना श्रोत्यांचे कौतुक करतात. ते म्हणतात, 'श्रोतेविण वक्ता नव्हेचि की गा।' वक्त्याला श्रोता लागतो आणि तो जाणकार असावा लागतो. ज्ञानदेव पुन्हा म्हणतात, *तुम्हा रसिका जोगे। मज व्याख्यान शोधावे लागे।* आणखी एक श्रोत्याविषयी अपेक्षा आहे. श्रोता जाणकार असेल, तर वक्ता विषयाला न्याय देऊ शकेल.

ज्ञानेश्वरीनंतरच महाराष्ट्रावर भयानक परचक्र आले आणि महाराष्ट्राच्या राजकीय विनाशास प्रारंभ झाला. कारण परंपरागत हिंदू समाज हा राजकीयदृष्ट्या संघटित, बलवान, नित्य सावध असा राहिला नव्हता. सांस्कृतिक शक्ती मोठी होती, पण राजकीय शक्तीला उतरती कळा लागली होती. अशा वेळी ज्ञानदेवांनी आपल्या रचनांनी समाजव्यवस्थेचा नवा पाया घातला. संत बहिणाबाईंनी आपल्या अभंगात म्हटले आहे की, 'भागवत धर्माचा, म्हणजेच वारकरी संप्रदायाचा पाया ज्ञानदेवांनी रचला.' पाय रचला म्हणजे नेमके काय केले? ज्ञानदेवांआधी हजारो वर्षे भारतात - महाराष्ट्रात शैव-वैष्णव धर्म स्थिरावला होता. त्यातून विविध प्रांत, भाषा, धर्म यांतून छोटेछोटे संप्रदायही निर्माण झाले होते. उदाहरणार्थ, शैवामधून शिव-शक्तीतून 'नाथ संप्रदाय' हा महाराष्ट्रातच नव्हे, तर भारतभर, भारताबाहेर पोहोचला होता आणि गहिनीनाथांच्या कृपेने निवृत्ती-ज्ञानदेव त्या संप्रदायात समाविष्ट झाले होते. अगदी बालवयात. मग नवे धर्मालय काय आणि कोणते याचा मुख्यत्वे विचार त्यांच्या वैष्णव-वारकरी संप्रदायातून त्यांनी मांडला.

१. या काळात धर्माची मुख्य भाषा - माध्यम संस्कृत होती आणि चातुर्वर्ण्याच्या सीमेतून ठरावीक लोकांनाच ती भाषा शिकता येत असे. त्यामुळे भगवद्गीता आणि श्रीमद्भागवत या ग्रंथांचा प्रसार सर्वत्र होता. पण ते ग्रंथ लोकभाषेत नव्हते. संस्कृत देववाणी असल्याने धर्मरचना तीमध्येच अडकल्या होत्या.

हे धर्मतत्त्व जनसामान्यांसाठी त्यांच्याच भाषेत ज्ञानेश्वरी देशी भाषेतून मांडली. धर्म-तत्त्वज्ञान-साहित्य-कला सामान्यांपर्यंत पोहोचते केले.

२.	संस्कृतात नवरसात्मक काव्ये निर्माण झाली. शृंगार हा रसराज मान्यता पावला. स्त्री-पुरुषाच्या लैंगिकतेला या रसातून मान्यता मिळाली. त्याचा थोडाफार परिणाम नाथ पंथावरही झाला. (पाहा मच्छिंद्रनाथ कथा.) भोगवासना समृद्ध झाली. पराक्रम घटत गेला. विवेकबुद्धीला उजाळा देण्यासाठी ज्ञानदेवांनी आपल्या रचनेतून शांतरस श्रेष्ठ ठरविला.

३.	ज्ञानदेवपूर्व काळात वैष्णव-शैवपंथ, नाथपंथ यांतून वाममार्गी आचार वाढत होते. लैंगिक स्वैर संभोगाला भक्तीचा वेष चढविला होता. परंतु नाथपंथी ज्ञानदेवांनी या स्वैराचाराची घृणा, निंदा केली आणि भक्तिमार्गाला शुद्ध केले.

४.	भगवान बुद्धापासून शंकराचार्यांपर्यंत संन्यासाश्रम हे श्रेष्ठ पारमार्थिक साधन मानले गेले. त्याचा फटका ज्ञानदेवांनाही बसला; पण त्यांनी अनासक्तीचा गृहस्थाश्रम आणि कर्मयोग हीच ईश्वर पूजा हा नवा मंत्र देऊन अद्वयभक्तीमध्ये कर्मयोग आणला.

५.	शांकर मायावादाचे समर्थन एका मर्यादेपर्यंतच त्यांनी केले. विश्व हे परमेश्वराचे सत्य स्वरूपच आहे. त्याचाच उल्हास आहे असे सांगून सगुण-निर्गुण या दोन्ही एकाच परमसत्याच्या दोन बाजू आहेत. भावार्थ दीपिका, अमृतानुभव, चांगदेव पासष्टी यांत हे सत्य मांडले. *आजही तुज सगुण म्हणू की निर्गुण रे। सगुण-निर्गुण एक गोविंदु रे।।* लोकांच्या मनी पूर्ण ठसले आहे आणि वारकरी संप्रदाय त्यामुळेच अद्वैत मार्गी म्हणून समजला जातो.

ज्ञानेश्वरीचे लेखन हे एक आश्चर्य आहे. एक तर वयाच्या पंधराव्या वर्षी भगवद्गीतेसारखा महान तत्त्वप्रणित ग्रंथ देशी भाषेत आणणे हे केवळ दैवी म्हणावे लागेल. सर्व कुटुंबाला समाजाकडून अवहेलना सहन करावी लागली. नाथपंथासारख्या सर्वश्रेष्ठ संप्रदायाचे सदस्यत्व स्वीकारून, पुन्हा भक्तिसंप्रदायाकडे वळून विविध रचना केल्या; मोठ्या मनाची एकाग्रता या सर्व अडचणींतून पुढे आली आणि 'भावार्थ दीपिका' जन्माला आली. माउलींनी त्यासाठीचे मनोगत फार सहृदयतेने दिले आहे. *इये म्-हाठीचिये नगरी। ब्रह्मविद्येचा सुकाळु करी।* आणि हे लेखकाची भूमिका समर्थपणे पार पडली आहे. आज या रचनेला साडेसातशे वर्षे झाली. पण

ज्ञानेश्वरीचे तत्त्वचिंतन, रसाळ गोडी, शब्दमोहिनी आणि पसायदानातून मांडलेली वैश्विक झेप अपूर्व आहे.

संत ज्ञानेश्वर महाराजांच्या महत्त्वाच्या रचना म्हणजे ज्ञानेश्वरी (भावार्थ दीपिका : गीता भाष्य), अमृतानुभव (अनुभवामृत) अभंग रचना (सर्व भावंडांसह विविध विषयांवर) एकूण ९०३ (अभंगगाथा, संपादन : जोग), चांगदेव पासष्टी आणि हरिपाठ हे ग्रंथ महत्त्वाचे मानले जातात. त्यावर अनेक विद्वानांनी भाष्य केले आहे. भाषांतरेही केली आहेत. माउलींचे अभंग सुप्रसिद्ध गायकांनी (लता मंगेशकर, भीमसेन जोशी, सुधीर फडके, आशा भोसले इ.) गायल्याने या रचना अलीकडच्या काळात सर्वतोमुखी झाल्या आहेत. पालखी सोहळ्यात हजारो वारकरी आपल्या दिंडीतून हरिपाठ पावलोपावली गात राहतात. ही रचनासुद्धा लोकप्रिय झाली आहे. ज्ञानेश्वरी हा पारायणाचा ग्रंथ मानला जातो. तोही आळंदीला सिद्धेश्वर मंदिरात, माउलींच्या संजीवन समाधीनजीक, अजानवृक्षाखाली हा पाठ अधिक महत्त्वाचा मानला जातो. तेथे जात-पात, स्त्री-पुरुष असा भेद मानला जात नाही. कर्मठपणाचा स्पर्शही या पुण्यकर्मात नसतो. विधिविधानही काही नसते. हीच महाराष्ट्राची अस्मिता म्हणावी लागेल. चांगदेव पासष्टी आणि अमृतानुभव समजण्यास सोपे नाहीत. त्यामध्ये काही निमित्ताने माउलींनी तत्त्वज्ञान मांडले आहे. त्यावरही भाष्ये-भाषांतरे आहेत. (२००३मध्ये अंमळनेर येथे कै. वासुदेव देशपांडे यांनी विठ्ठलमंदिरात शके १८१५मध्ये अमृतानुभवाचे अभंगात्मक भाषांतर केले. मूळ ग्रंथ हस्तलिखित स्वरूपात सज्जनगडावर मिळाला. त्यामुळे समर्थ रामदासाच्या संग्रहातील ज्ञानदेवांचा ग्रंथ, संत तुकारामाच्या अभंगपद्धतीत 'वासुदेवी टीका' नावाने मांडला. तो आळंदी देवस्थानाने प्रसिद्ध केला. संपादक वा. ल. मंजूळ आहेत.)

अधिक अभ्यासासाठी या ठिकाणी काही रचना दिल्या आहेत.

ज्ञानदेवांचे ज्ञानेश्वरी, अमृतानुभव, चांगदेव पासष्टी, हरिपाठ आणि अभंग, त्यातही विराणी रचना अति संवेदनशील आहेत. फक्त या ग्रंथांबद्दल विशेष काय याचाच विचार करणार आहोत.

ज्ञानेश्वरी (भावार्थ दीपिका/भगवद्गीता टीका)

ज्ञानेश्वरीची लोकप्रियता विविध भारतीय भाषातील संहितांवरून लक्षात येते. ज्ञानेश्वरीचे मोठेपण हेच आहे की पंधरा वर्षांच्या रचनाकाराने तीन वर्षांच्या कालावधीत गीतेच्या तत्त्वज्ञानात्मक अशा ७०० श्लोकांचे नऊ हजार मराठी ओव्यांत रूपांतर केले. 'गीतानुवादाच्या इतिहासा'मध्ये तो मान ज्ञानेश्वरीने इ.स. १३००मध्ये

मिळवला. नेवाशाच्या शिवमंदिरात सच्चिदानंद बाबांनी मंदिराच्या भिंतीवर कोळशाने ओव्या नोंदवल्या अशी एक कथा ज्ञात आहे. पण हे कपोलकल्पित आहे. कारण आजही इ.स. १३५०मध्ये महाराष्ट्रात कागद लेखनासाठी वापरल्याची नोंद भांडारकर प्राच्यविद्या संस्थेच्या ग्रंथालयात आहे आणि शिवाय संत एकनाथांनी प्रसृत अपपाठ दुरुस्तीसाठी मूळ प्रत समाधीमधून आणल्याची नोंद आहेच. आता वेगवेगळ्या भाषांमधील ज्ञानेश्वरीच्या रूपांतराविषयी नोंदी पाहू.

- ज्ञानेश्वरी (हिंदी) रूपांतरे, एकूण चौदा रचना झाल्या आहेत. त्यात बाबुराव वर्मा, बाबुराव कुमठेकर, गणेश अग्रवाल, विनायक कुलकर्णी, मायानंद चैतन्य, विनायक दात्ये, ऊर्मिला जामदार, मोरेश्वर तपस्वी, म. रा. यार्दी, रघुनाथ भगरे यांची नावे अनुवादक म्हणून ज्ञात आहेत.

- इंग्रजी अनुवादात : आर. के. भागवत, व्ही. एच. दाते, मनु सुभेदार, मॅडम लॅम्बर्ट, व्ही. जी. प्रधान आणि स्वामी उमानंद, म. रा. यार्दी, आर. एस. लोकापूर अशी आठ नावे महत्त्वाची आहेत.

- बंगाली अनुवादात : प्राणकिशोर गोस्वामी, गिरीशचंद्र सेन

- ओडिया भाषेत : गोराचंद्र मिश्रा (१९७८)

- तेलुगू भाषेत : दिगवल्ली शेषागिरी राव, ए. हनुमंत शास्त्री (पद्यमय)

- तमिळ अनुवाद : कोदण्ड रामय्या आणि आर. शौरीराजन

- कानडी भाषेत : पाच रचनाकारांच्या नोंदी आहेत. राघवेंद्र मुडकट्टे, काशिनाथ कुरडीकेरी, ए. के. कुलकर्णी, व्ही. एन. देशपांडे, स्वामी कृष्ण भारती

- संस्कृतमध्ये : अ. वि. खासनीस, म. पां. ओक, आर. एन. चिन्मुळगुंद

- मल्याळम, असमिया अशा काही भाषांतील नावे ज्ञात नाहीत.

विदेशी भाषांतरकारांत :

- जस्टिन ऑबट (१८८५)

- मादाम लॅम्बर्ट (लंडन/१९६७)

- फादर दलरी (फ्रेंच/१९५९ पुण्यात)

- मादाम शार्लोट वोदविले (फ्रेंच) चारी भावंडांच्या हरिपाठाची चिकित्सक आवृत्ती (१९६९)

- ज्ञानेश्वरीचे जपानी भाषांतर डॉ. इआवो शिमा (कनाजावा विद्यापीठ, जपान) सहा अध्याय पूर्ण भाषांतर

- डॉ. कॅथरिना किनले (जर्मनी/ज्ञानेश्वरीचे रूपांतर, अभंग गाथे दोन खंडांत)

- डॉ. चिहिरो कोइसा (कनाजावा, जपान) ज्ञानदेवांच्या तत्त्वज्ञानावर पीएच.डी.
- डॉ. इरिना ग्लुश्कोवा (मॉस्को, रशिया) आळंदीचा इतिहास.

ज्ञानेश्वरी : हस्तलिखितांचा शोध

संतश्रेष्ठ ज्ञानदेवांनी भगवद्गीतेवर मराठी ओवीबद्ध टीका केली ती भावार्थ दीपिका 'ज्ञानेश्वरी' : 'ज्ञानदेवी' नावाने प्रसिद्ध आहे. मराठी हस्तलिखित केंद्रासाठी काही वर्षांपूर्वी या ग्रंथाचे पुण्यातील आठदहा संस्थांमधून मी सर्वेक्षण केले. आश्चर्य असे की सुमारे शंभरहून अधिक हस्तलिखिते मला पाहावयास मिळाली.

- आळंदी देवस्थान ग्रंथालय, एकूण तीन प्रती सर्वांत जुनी शके १५०६
- भारत इतिहास संशोधक मंडळ, एकूण ३३ प्रती, सर्वांत जुनी प्रत शके १५५४
- वैदिक संशोधन मंडळ, पुणे एकूण १७ प्रती, सर्वांत जुनी प्रत शके १६५३ (हर्षे)
- भांडारकर प्राच्यविद्या संशोधन संस्था, पुणे आधुनिक संग्रह, १२ प्रती, सर्वांत जुनी प्रत शके १६३०
- भांडारकर प्राच्यविद्या संस्था (सरकारी संग्रह १८८५ सालचा), एकूण आठ प्रती, जुन्या प्रतीची नोंद नाही.
- पुणे विद्यापीठ, जयकर ग्रंथालय, एकूण २३ प्रती, सर्वांत जुन्या प्रतीची नोंद नाही.
- मराठी हस्तलिखित केंद्र, एकूण १२ प्रती, इ.स. १६९३ होळकर प्रत आणि जालगिरी प्रत
- डेक्कन कॉलेज, पुणे, एकूण चार प्रती, त्यातील एक पठ पाठभेद नोंदविलेली
- आनंदाश्रम, पुणे, एकूण तीन प्रती, सर्वांत जुन्या प्रतीचा काळ नोंदवलेला नाही.
- वामनराज ग्रंथालय, पुणे, दोन प्रती, जुन्या प्रतीचा काळ नोंदवलेला नाही.
- डॉ. गुंथर सोन्थायमर संग्रह, पुणे, शिळा प्रेस एक प्रत, शके १७६७
- रत्नागिरी गोगटे कॉलेज, ६०० पानांची एक प्रत, जुन्या प्रतीचा काळ नाही.
- नागपूरच्या भोसले घराण्यातून (बनहट्टी संग्रह) दोन सचित्र प्रती, काळ नाही.
- शिवाजी विद्यापीठ, कोल्हापूर, तीन प्रती, काळ नोंदवला नाही.
- ओरिएंटल इन्स्टिट्यूट, ठाणे, एक प्रत, जुन्या प्रतीच्या काळाची नोंद नाही.
- नांदेड मूळ इतिहास संस्था, चार प्रती, शके १६४१, १६६५, १७१५ आणि कौठा प्रत
- समर्थ वाग्देवता मंदिर, धुळे, दोन प्रतींची नोंद, शके १६७० आणि १६९०
- एशियाटिक संस्था, मुंबई, दोन प्रती, काळ शके १७४७

(ज्ञान प्रबोधिनी पुणे, वेद शास्त्रोत्तेजक सभा, टि.म.वि. ग्रंथालय, निवृत्तिनाथ ग्रंथालय, पंढरपुरातील मठांचा इतिहासमधील मठांच्या संग्रहातील नोंदी अद्याप व्हावयाच्या आहेत.)

मूळ भगवद्गीतेच्या ७०० श्लोकांवरचे भाष्य ९ हजार ओव्यांतून

	अध्यायानुसार विषय	ओव्या	मूळचे श्लोक
१.	अर्जुन विषादयोग	२७५	४७
२.	सांख्ययोग	३७५	७२
३.	कर्मयोग	२७६	४३
४.	ज्ञान-कर्म-संन्यासयोग	२२४	४२
५.	संन्यासयोग	१८०	२९
६.	ध्यानयोग (अभ्यासयोग)	४९७	४७
७.	ज्ञान-विज्ञानयोग	२१०	३०
८.	तारक ब्रह्मयोग	२७१	२८
९.	राजविद्या राजगुह्ययोग	५३५	३४
१०.	विभूती विस्तारयोग	३३५	४२
११.	विश्वरूप दर्शनयोग	७०८	५५
१२.	भक्तियोग	२४७	२०
१३.	क्षेत्रक्षेत्रज्ञयोग	११७०	३४
१४.	गुणत्रय विभागयोग	४१५	२७
१५.	पुरुषोत्तमयोग	५९९	२०
१६.	दैवासूरस पद्विभागयोग	४७३	२४
१७.	श्रद्धात्रय विभाग योग	४३३	२८
१८.	मोक्ष संन्यासयोग	१८१०	७८

सप्ताह पद्धती : पहिला दिवस (अध्याय १-२-३-४-५), दुसरा दिवस (अध्याय ६-७), तिसरा दिवस (अध्याय ८-९-१०), चौथा दिवस (अध्याय ११-१२), पाचवा दिवस (अध्याय १३-१४), सहावा दिवस (अध्याय १५-१६-१७), सातवा दिवस (अध्यय १८ फक्त). नंतर संपूर्ण गीता पारायण करणे.

ज्ञानेश्वरी या अनमोल रचनेतील विचारकळस - 'पसायदान'

आता विश्वात्मके देवे। येणे वाग्यज्ञे तोषावे
तोषोनि मज द्यावे। पसायदान हे।।१।।
जे खळांची व्यंकटी सांडो। तया सत्कर्मी रती वाढो।
भूतां परस्परे जडो। मैत्र जीवांचे।।२।।
दुरितांचे तिमिर जावो। विश्व स्वधर्मसूर्ये पाहो।
जो जे वांछिल तो ते लाहो। प्राणीजात।।३।।
वर्षत सकळ मंगळी। ईश्वरनिष्ठांची मांदियाळी।
अनवरत भूमंडळी। भेटतु भूता।।४।।
चला कल्पतरूंचे आरव। चेतना चिंतामणीचे गाव।
बोलते जे अर्णव। पियुषाचे।।५।।
चंद्रमे जे अलांछन। मार्तंड जे तापहीन।
ते सर्वांही सदा सज्जन। सोयरे हो तु।।६।।
किंबहुना सर्व सुखी। पूर्ण होऊनि तिन्ही लोकी।
भजि जो आदि पुरुषी। अखंडित।।७।।
आणि ग्रंथोपजीविये। विशेषी लोकी इये।
दृष्टादृष्ट विजये। होआवें जी।।८।।
येथ म्हणे श्रीविश्वेशरावो। हा होईल दानपसावो।
येणे वरे ज्ञानदेवो। सुखिया जाला।।९।।

अमृतानुभव (अनुभवामृत)

ज्ञानेश्वरी हा वारकरी पंथातील लोकप्रिय, समजण्यास सहज, सुलभ ग्रंथ, तर अमृतानुभव (अनुभवामृत) ग्रंथ हा तसा अवघड. डॉ. सदानंद मोरे म्हणतात, ''या ग्रंथाचे स्वरूप अनवट रागासारखे आहे. अनवट राग श्रोत्यांसाठी नसून गवयांसाठी, गर्दीच्या मैफलीसाठी नसून जाणकार श्रोत्यांसाठीच असतो. तसेच स्वरूप या ग्रंथाचे आहे. ज्ञानदेवांच्या रचनांवर सर्वाधिक टीका या ग्रंथावर झाल्या.

मराठी हस्तलिखित केंद्रासाठी या ग्रंथांचे सर्वेक्षण करण्यात आले. त्या महत्त्वाच्या सुमारे १५ प्रती अशा आहेत.

१. प्रल्हादबुवा बडवे (संस्कृत श्लोकी)
२. बडवे (संस्कृत, पद्ममय आणि गद्यमय) इ.स. १६४०, (पाने प्रत्येकी ४०+४०+८०)

३. शिवकल्याण टीका, शके १७६९ (वाई) भाग १/२ (प्राज्ञपाठ शाळा)

४. सखाराम संपादित (एमएमसी/६०१) प्रकरणे १ ते १४, ६१ पाने

५. सनातन मठ (कृष्णदयार्णवांचा) मुंगी पाने ६६ ओळी १३ (एमएमसी/०१८)

६. अमृतानुभव पूर्ण (प्राज्ञ पाठशाळा, वाई) शके १७६९

७. अमृतानुभव (सभाष्य/प्राज्ञ पाठशाळा, वाई) शके १७५८

८. अमृतानुभव (भाष्य/प्राज्ञ पाठशाळा, वाई) शके १७४९, पाने ९३

९. अमृतानुभव (जुनी प्रत सभाष्य/शके १५६०/एमएमसी ६०५)

१०. अमृतानुभव (पूर्ण प्रत; प्राज्ञ पाठशाळा, वाई शके १७६७) एमएमसी/६०४

११. अमृतानुभव (वासुदेवी अभंगात्मक टीका, शिरवळकर, अमळनेर) आळंदी

१२. अमृतानुभव (वाई प्रत १/एमएमसी-६०३ (२) एमएमसी ६०२

१३. भय्याकाका किबे यांची ज्योत्स्ना टीका

१४. श्री एकनाथांची टीका अनुपलब्ध आहे.

१५. अलीकडच्या काळातले पु. य. देशपांडे (नागपूर) दिलीप चित्रे (पुणे) हे दोन लेखक.

(एमएमसी : मराठी मॅन्युस्क्रिप्ट सेंटर, पुणे)

अनुभवामृत असेही नाव घेतले जाते. ही रचना कळण्यास सुलभ नाही. त्यामुळे नंतरच्या रचनाकारांनी त्यावर अनेक भाष्ये केली आहेत.

प्रकरण एक	शिवशक्ती समावेशन
प्रकरण दोन	श्री गुरुस्तवन
प्रकरण तीन	वाचात्रऋण परिहार
प्रकरण चार	ज्ञानाज्ञान भेद कथन
प्रकरण पाच	सच्चिदानंद पदत्रय विवरण
प्रकरण सहा	शब्द खंडण
प्रकरण सात	अज्ञान खंडण
प्रकरण आठ	ज्ञान खंडण
प्रकरण नऊ	जीवनमुक्त दशा कथन
प्रकरण दहा	ग्रंथ परिहार

सुरुवात :
स्वस्ति श्री वटेशु। जो लपोनि जगदाभासू।
दावी मग ग्रासु। प्रकटला करी।।१।।
शेवट :
निदेपरौते निदैजणे। जागृति गिळोनि जागणे।
केलो तेसै गुंफणे। ज्ञानदेवो म्हणे।।६५।।

चांगदेव पासष्टीविषयक ग्रंथ

- ठक्कर (पासष्टी गुजराथी)
- संस्कृत स. अ. दिवेकर
- सुबंध प्र. सी. (हिंदी)
- संस्कृत : ह. ना. मलकापूर; शके १८०७ एमएमसी/४४९
- चांगदेव पासष्टी (प्राकृत : ह. ना. मलकापूर, शके १८०७ पाने ६४)

हरिपाठ

वारकरी संप्रदायात अतिशय लोकप्रिय ज्ञानदेवी रचना विशेष म्हणजे पालखी सोहळ्यात लाखो वारकरी हरिपाठाचे गायन करीत मार्गक्रमित असतात. हरिपाठ पूर्ण सव्वीस अभंगांचा आहे. त्याची सुरुवात आहे *हरी मुखे म्हणा हरी मुखे म्हणा। पुण्याची गणना कोण करी।।* या ग्रंथाचे पहिले हस्तलिखित शके १७५७मध्ये पूर्ण झाले. नंतर १७८५मध्ये पुन्हा प्रत निघाली. डॉ. ढेरे यांच्या संग्रहात या दोन प्रती मिळाल्या. त्या मराठी हस्तलिखित केंद्रात आहेत (क्र. २९२, ३६७, ५७२) शेवटच्या प्रतीस निरंजनकृत ज्ञानदेवस्तवन आणि चाळीसगावचे रामा जनार्दन देशपांडेकृत ज्ञानदेवांची आरती आहे. सर्वसाधारण आठ ते दहा पानांची ही हस्तलिखिते आहेत. ईश्वराचे नाममाहात्म्य वाढवण्यासाठी आणि कर्मठपणाचा त्याग करण्यासाठी या ग्रंथात एक ओवी अशी आहे -

योग-योग-विधी। येणे नोहे सिद्धी। वायाची उपाधी। दंभधर्म।।

हे विशेष म्हणावे लागेल.

हरिपाठ (नाम-भक्ती-योग-विवरण)

सर्व जीवांना 'हरिनाम भक्ती' या साधनाचा उपदेश या हरिपाठ ग्रंथात केला आहे. कारण एकमेव 'हरिनाम भक्तियोगा'च्या अनुष्ठानाने पापनिवृत्ती, पुण्यउत्पत्ती, अंतः करण शुद्धी, अंतःकरण स्थिरता, ब्रह्मज्ञानाची जिज्ञासा, श्री हरिकृपा, श्री गुरुकृपा,

त्यामुळे तत्त्वमसि आदि सर्व साधनांची नामधारकास सहजच प्राप्ती होते. हरिभक्ती सिद्धान्ताचे प्रतिपादन करणारा हा ग्रंथ. सुरुवात व शेवट मिळून सत्तावीस पाठ आहेत. प्रत्येक पाठात सात ओव्या आहेत.

सुरुवात :

देवाचिये द्वारी। उभा क्षण भरी।
तेणे मुक्ती चारी। साधियेल्या।।

शेवट :

ज्ञानदेवा प्रमाण। निवृत्ती देवी ज्ञान।
समाधी संजीवन। हरिपाठ।।

हरिपाठातील निवडक अभंग

देवाचिये द्वारी उभा क्षण भरी। तेणे मुक्ती चारी साधियेल्या।।
हरि मुखे म्हणा हरि मुखे म्हणा। पुण्याची गणना कोण करी।।
योग याग विधी येणे नोहे सिद्धी। वायाची उपाधी दंभ धर्म।।
चहुवेदी जाण साहि शास्त्री कारण। अठराहि पुराणे हरिसी गाती।।
मंथुनि नवनीता तैसे घे अनंता। वाया व्यर्थ कथा सांडी मार्गु।।
एक हरि आत्मा जीवशिव समा। वाया तू दुर्गम न घाली मन।।
ज्ञानदेवा पाठ हरि हा वैकुंठ। भरला घनदाट हरि दिसे।।
भावेविण भक्ती भक्तीविण मुक्ती। बळेविण शक्ती बोलू नये।।
कैसेनि दैवत प्रसन्न त्वरित। उगा राहे निवांत शिणसी वाया।।
सायासे करिसी प्रपंच दिननिशी। हरिसी न भजसी कोण्या गुणे।।
ज्ञानदेव म्हणे हरिजप करणे। तुटेल धरणे प्रपंचाचे।।
साधुबोध झाला तो नुरोनियां ठेलां। ठायीच मुराला अनुभवे।।
कापुराच्या वाती उजळली ज्योति। ठायीच समाप्ती झाली जैसी।।
मोक्ष रेखे आला भाग्ये विनटला। साधूंचा अंकिला हरिभक्त।।
ज्ञानदेवा गोडी संगती सज्जनी। हरि दिसे जनी आत्मतत्त्वी।।
एक तत्त्व नाम दृढ धरी मना। हरिसी करुणा येईल तुझी।।
ते नाम सोपे रें रामकृष्ण गोविंद। वाचेसी सद्गद जपा आधी।।
नामापरते तत्त्व नाही अन्यथा रे। वाया आणिक पंथा जाशील झणी।।
ज्ञानदेवा मौन जपमाळ अंतरी। धरोनी श्रीहरि जपे सदा।।

पुण्यातील मराठी हस्तलिखित केंद्रात हरिपाठाचे ३ ग्रंथ आहेत.

१. क्र. एमएमसी/२९२ (डॉ. ढेरे संग्रहातून - शके १७८५)
२. क्र. एमएमसी/३६७ (अपूर्ण शके १७५७)
३. क्र. एमएमसी/५७२ (रामा जनार्दनकृत आरती आणि निरंजनकृत चार श्लोकांचे स्तवनसहित)

अभंग रचना

ज्ञानेश्वर महाराजांची भक्ती, ज्ञान, वैराग्यपरक, अभंग संहिता अत्यंत रसाळ आणि मनाला आनंद देणारी अशी आहे. तीच 'अभंग गाथा' नावाने प्रसिद्ध आहे. त्यातही 'रूपवर्णनात्मक' अभंग, ज्यामध्ये 'रूप पाहता लोचनी', 'पांडुरंग कांती दिव्य तेज झळकती', 'अनुपम्य मनोहर', 'सत्य ज्ञानानंत गगनाचे प्रावरण', 'तुज सगुण म्हणू की निर्गुण रे' असे ५६ अभंग लोकप्रिय आहेत. ज्ञानदेवांच्या अभंग रचनेत 'नाममुद्रा' विविध प्रकारे आढळते. बाप रखुमादेवीवरू, बाप रखुमादेवीवरू विठ्ठल, रखुमादेवीवर, रखुमादेवीवर विठ्ठल, ज्ञानदेव म्हणे, निवृत्ती प्रसादे, निवृत्तिदासु अशा एकाधिक नाममुद्रा मिळतात. एकूण तीस प्रकारच्या रचनांतून एक हजार रचना आढळतात. रचनांचे प्रकार एकूण तीस आहेत. ते असे रूपवर्णन, नामसंकीर्तन माहात्म्य, नाममाला, नामग्रहण, उपासना बाळक्रिडा, उपदेश, करुणा, देवापाशी मागणे, योग, गीता माहात्म्य, पंढरी माहात्म्य, पुंडलिक भाग्यवर्णन, विधीनिषेध, अद्वैत, निवृत्ती-ज्ञानदेव संवाद, ज्ञान, श्री गुरू, संत, निवृत्ती प्रसाद, विठ्ठल प्रसाद, देवाशी प्रेमाचे भांडण, मदालसा, रूपक-गाय, खेळ, हमामा, फुगडी, गौळणी, पाळणा आणि लोकप्रिय रचना विरहिणी. एकूण पावणे तीनशे पृष्ठांत या रचना बसवल्या आहेत. (पाहा, ज्ञानेश्वर महाराज विरचित रचना, आळंदी देवस्थान, प्रसाद प्रकाशन, शके १८९९) विरहिणीत 'अवचिता परिमळु', 'घनु वाजे घुणघुणा', 'पंढरपुरीचा निळा लावण्याचा पुतळा' अशा रचना खूपच प्रसिद्ध आहेत.

एकंदरीत ज्ञानदेवांच्या रचनांचा अभ्यास करणे म्हणजे 'द्रोणागिरी' उचलणे होय. हे सामान्यांचे काम नव्हे, एवढे मात्र खरे !

ज्ञानदेवांचे लेखक म्हणून (म्हणजे रचनात्मक काव्य लिहिणारे म्हणून) सच्चिदानंद बाबांचे नाव समोर येते.

नामदेवरायांच्या दासी जनाबाईंनी अशा लेखकुची यादी आपल्या अभंगात दिली आहे. हा तिचा अभंग विशेष आहे.

ज्ञानेश्वर अभंग बोलले ज्या शब्दा।
चिदानंद बाबा लिही त्यास।।

निवृत्तिचे बोल लिहिली सोपाने।
मुक्ताईची वचने ज्ञानदेव।।

चांगयाचा लिहीणार शामा तो कासार।
परमानंद खेचर लिहीत होता।।

सांगे पूर्णानंद लिही परमानंद।
भगवंत भेटी आनंद रामानंद।।

सांवत्या माळ्याचा काशिबा गुरव।
कुम्र्याचा वासुदेव कार्इत होता।।

चोखा मेळ्याचा अनंतभटी अभ्यंग।

ज्ञानदेवांच्या अभंगापेक्षा त्यांच्या विराणी रचना मनाला स्पर्शून जातात. विराणीतील सर्व शब्द इतके रसाळ आहेत की त्यामधून आपल्याला प्रेमरसाने ओथंबलेल्या मातृहृदयाचे दर्शन होते. ही विरहग्रस्त दुसरीतिसरी कोणी नसून माउलीच आहे - ज्ञानदेवच आहेत याची जाणीव होते. कावळ्याबद्दलची विराणी पहा.

'पैल तो गे काऊ कोकताहे। शकुन गे माये सांगताहे।।'

कावळ्याबद्दल 'काऊ' शब्द बालपणीच वापरला जातो. तसा कावळा पक्षी अपशकुनीच मानला जातो. तो पिंडाला शिवणारा, श्राद्धात भाग घेणारा म्हणून कावळ्याचे ओरडणे, स्पर्श करून जाणे अजूनही अशुभ मानले जाते. पण त्याच कावळ्याचा उल्लेख ज्ञानदेव 'काऊ' म्हणून करतात. त्यावरून त्यांना तो जवळचा वाटतो. 'दहीभाताची उंडी लावीन तुही तोंडी।' किंवा 'उड उड रे काऊ, तुझे सोन्याने मढवीन बाऊ।' असे ते म्हणतात. ही संपूर्ण रचना खूपच वेगळी असल्याचे जाणवते. दहीभाताचे भोजन आणि सोन्याने पंख मढविण्याचे वचन म्हणजे तो 'काऊ' माउलींना किती नात्याचा वाटतो. कारण त्याच्या 'कोकताहे'मधून पाहुणे येण्याचा संदेश मिळतो.

''कावळा पिंडाला शिवणारा पक्षी आहे आणि त्याने पिंडाला शिवल्याशिवाय आत्म्याची लौकिक जगातून सुटका झाली असे मानले जात नाही. कावळा अमर असतो. तो मृत्यू आणि पुर्नजन्माच्या सीमेवर असतो. मग 'संजीवन समाधी' काय असते. या विराणीच्या तपशीलात डोकावल्यास संजीवनीची कल्पना येते. आपण कावळ्याची 'काव काव' मानतो, निरर्थक ओरडण्याला आपण 'कोकलणे'

म्हणतो. पण ज्ञानदेवांनी कावळ्याचा ओरडण्याला 'कोकताहे' म्हटले आहे आणि कोकिळाच्या पंक्तीत बसवले आहे.'' (डॉ. मोरवंचीकर, समाधीतील स्पंदने)

दुसरी एक सुखःदुःखाची कल्पना या अभंगातून दिसते -

विश्वाचे आर्त माझ्या मनी प्रकाशले।

अवघेची जाले देह ब्रह्म।

आवडीचे वालभ माझेनी कोंदाटले।

नवल देखिले नभाकार गे माये।

बाप रखुमादेवीवरू सहज निटु झाला।

हृदयी नटावला ब्रह्माकारे।

विश्वाबद्दलची तळमळ, आर्तता उत्कट रूप धारण करताना या शब्दांतून दिसून येते.

समाधी घेण्यापूर्वीची त्यांच्या मनाची अवस्था या शब्दांतून लक्षात येते.

''मोक्ष मेल्या पाठी। आम्हासी होईल।

ऐसे जे म्हणतील। अति मूर्ख।।

दीप गेल्यावरी। कैसा जी प्रकाश।

झाका झाकी त्यास। सिद्ध करा।।

...आहे मी कोण हा विचार करावा। म्हणे ज्ञानेश्वर निवृत्तिचा।।''

संजीवन समाधीपूर्व मनाची अवस्था या अभंगातून स्पष्ट होते. दिवा विझल्यावर घरात प्रकाश नसतो, मग घरातली झाकाझाक कशी करणार? म्हणूनच जोपर्यंत देह आहे, तोपर्यंतच आत्मस्वरूपात विलीन करण्याचा प्रयत्न करा.

एरवी नाथ संप्रदायाच्या शिवशक्तीचा ध्यास घेणारे निवृत्तिशिष्य ज्ञानदेव श्रीविठ्ठलाचे दर्शन झाल्यावर त्या ईश्वरी सगुण रूपाशी तन्मय झाले.

''तुज सगुण म्हणू की निर्गुण रे।

सगुण निर्गुण एकु गोविंदु रे।

तूज स्थूल म्हणू की सूक्ष्म रे।

स्थूल सूक्ष्म एकु गोविंदु रे।

अळुमानेना अळुमानेना।

श्रुति नेति नेति म्हणति गोविंदु रे।

श्रुतीचा संदर्भ देऊन वेदातील ईश्वरविषयक कल्पना मांडली आहे, ती 'न-इति' अशी प्रत्येक दृष्टान्ताला म्हटली गेली आहे. परंतु श्रीविठ्ठलाच्या दर्शनाने सगुण रूपाचा साक्षात्कार झाला हे मात्र खरे!

मराठी भाषेला आणखी एका रचनेने रूपवान केले आहे.

मोगरा फुलला, मोगरा फुलला।

फुले वेचिता बहरु कळियांसि आला।।

इवलेसे रोप लावियले द्वारी। तयाचा वेलू गेला गगनावरी।।

या सुंदर कल्पनेतून आत्मज्ञानाचा वेल कसा बहरत गेला, मोगऱ्याचं रूप, स्पर्श, गंध, फुले पडतानाचा टपटप नाद, हे सर्व अत्यंत मृदू कल्पनेतून मांडले आहे आणि शेवटी

मनाचिये गुंती गुंतियला शेला।

बाप रखुमादेवीवरू विठ्ठले अर्पिला।।

सुगंधी, मृदू आकाराचा हा शेला परमेश्वराला अर्पण केला हे विशेष.

आणखी एका विराणीतून स्वतःच्या एकटेपणाची जाणीव, कदाचित समाधीपूर्व अवस्था किंवा ब्रह्मरूपात विलीन होण्याची इच्छा त्यांनी मांडली आहे.

क्षेमा लागी जीव उतावीळ माझा।

म्हणउनी स्फुरताती बाहो।।

क्षेम देऊ गेले तव मीच मी एकली।

आसावला जीव राहो।।

ब्रह्मस्वरूपात लीन होण्याच्या अवस्थेत आपण एकटेच आहोत याची जाणीव होते. कदाचित विठ्ठलभेटीत, पायावर डोके टेकवताना त्यांना स्वतःच्या एकटेपणाची जाणीव झाल्याचे दिसून येते.

आत्मरूपात बुद्धी एकरूप झाली की समग्र विश्वात आत्मतत्त्व ओतप्रोत दिसू लागते. ही स्थिती समाधीअवस्थेची पूर्वपीठिका आहे. म्हणूनच ज्ञानदेव म्हणतात की जो स्थिरबुद्धी असतो, तो अखंड समाधी सुख भोगतो. (ज्ञानेश्वरी) अभंगरूपात हाच विचार मांडला आहे.

‘‘मनमानी पाहता मी पण हरपले।

ठकलेची सये मन माझे।।

आत विठ्ठलु बाहेर विठ्ठलु।

मीचि विठ्ठलु मज भासत रे।।

मीपण माझे नुरेच काही दुजे।

ऐसे पाही केले निवृत्ती राजे

म्हणे ज्ञानदेवो।। (ज्ञानेश्वरी गाथा ७५४)

हाच विचार चोखियाच्या महारीने मांडला आहे.

अवघा रंग एकचि झाला। रंगी रंगला श्रीरंग।।

मी तू पण गेले वाया। पाहता पंढरीच्या राया।।

हे स्वर कानावर पडताच वैष्णव-भक्ती-वारकरी संप्रदाय म्हणजे काय हे लक्षात येते.

आणि ज्ञानदेव ही अवस्था गुरुकृपेमुळे झाली असे सांगतात.

ज्ञानदेव म्हणे गुरुकृपा होता। लाहिजे तत्त्वता ब्रह्म सुख।। (४९८)

ज्ञानदेवांच्या समाधीने भावंडे आणि संतमंडळी जरी दुःखी, शोकमग्न झाली, तरी त्यांचे चित्त आनंदमय आहे, असे ते म्हणतात.

ज्ञानदेव चित्ती आनंदमय हरी।

ब्रह्मरसे भरला दाही दिशा व्यापिला।

आनंदु सच्चिदानंदी वोसंडला वो माये।।

बाप रखुमादेवीवरू आनंद सोहळा।

ब्रह्मानंद कळा भोगितसे।।

ज्ञानदेव म्हणे आनंद होईल पूर्ण।

अनुभवे तेचि खुण देखितसे।।

स्वतःच्या संजीवन समाधीची अनुभूती मांडताना ते म्हणतात -

माझे रूप आता म्या काय पाहावे। जाहलो अवघे विश्व मीची।।

दुजे नाही नाही वाहतो तुझी आण। चौदाही भुवन एकरूप।।

एकांती एक वर्षी तोची साक्षात्कार। जाहला ज्ञानेश्वर तेथे लीन।।''

ज्ञेय ज्ञाता ध्यान ध्येय ध्याता हरि। समरसे श्रीहरि तत्त्व जाले।।

पृथ्वी आप तेज गगनाकृति रायो। फिटला संदेहो ये जन्मीचा।।

अगदी स्वतःलाही विसरले :

ज्ञानदेव नाम हेही गिळुनिया। मूळ अंती माया तीत शुद्ध।।

किंवा

ज्ञानेश्वर हे गिळुनिया नाम। ब्रह्मचि स्वयमेव साठविले।।

★ ★ ★

५

ज्ञानदेवांच्या नावावरील
अज्ञात रचना

संत ज्ञानदेवांचे लोकमान्य चार ग्रंथांचे संक्षिप्त स्वरूप आपण पाहिले. परंतु याखेरीज शंकास्पद ग्रंथ आणि प्रकरणे एकूण ४५ आहेत. त्यांची नोंद फक्त आपण करीत आहोत. त्यावर वादविवाद, चर्चा आपण करीत नाही.

१. अद्वैत निरूपण (अमुद्रित) ओवी संख्या १९८ (तंजावर सं.म. ग्रंथालय)

२. अन्वय व्यतिरेक (अमुद्रित) गो. का. चांदोरकरांच्या सूचीत नोंद

३. अपर अधिष्ठान (पंचमुद्रा) कपिल गीतोक्त पंचमुद्रा/पंचमुद्रा रूद्रयामल यानि/पंचमुद्रा लक्षण/मुद्राक्रम/मुद्रा प्रकरण/मुद्रा प्रकाश (मुद्रित) ओवी संख्या ६६. (संपादक अ. का. प्रियोळकर) या ग्रंथाची मूळ प्रत तंजावर येथील मराठी हस्तलिखित बाडाच्या क्र. १८प्रमाणे असून, समर्थ वाग्देवता मंदिर धुळेमधील १५१०मध्ये पाठभेद दिले आहेत. यामध्ये चाचरी, भूचरी, खेचरी, अगोचरी, उन्मीलिनी, अलक्षमुद्रा या प्रकारे मुद्रांचे वर्णन येते. हे नाथपंथीय तत्त्वज्ञानाप्रमाणे वर्णिले आहे. याशिवाय कपिलगीतोक्त पंचमुद्रा (संपादक श्री. रं. कुलकर्णी) तसेच अपर अधिष्ठान - पंचमुद्रा (संपादक बा. ना. मुंडी) ओवी संख्या २५, हे दोन्ही ग्रंथ फार फरकाने पंचमुद्राच आहेत. या ग्रंथात कर्ता म्हणून ज्ञानदेवांचा उल्लेख येतो.त्यामध्ये हिंदी-कानडी अभंग आहे. त्यामुळे हा ग्रंथ आद्य ज्ञानदेवांचा नसावा असे संशोधकांना वाटते. (पाहा, मराठी वाङ्मय कोश, गं. दे. खानोलकर)

४. अमृत संजीवनी : चांदोरकरांच्या सूचीत असा ग्रंथ नाही, परंतु अमृतानुभव नमनस्तोत्र या ज्ञानदेवांच्या नावावरील ग्रंथाचेच ते दुसरे नाव असावे, असे मत के. वा. आपटे यांनी मांडले आहे.

५.	अरूप प्रकाश/कृत्या/तूर्याप्रकरण/योगमार्ग/ज्ञानदेव तेहतिशी/ज्ञानदेव योगमार्ग/(मुद्रित ग्रंथ) ओवी संख्या ३६ (संपादक सावंत) ज्ञानेश्वरकृत मुद्राप्रकरण मुकुटमणि, आणि अरूप प्रकाश ग्रंथ, (बेळगाव १९०७) हा ग्रंथ योगातील मुद्रांचे वर्णन करणारा आणि तुरिया अवस्था, परा, पश्यंति, मध्यमा, वैखरी या योगमार्गाचे वर्णन करणारा आहे. यातील रचना योगप्रक्रिया ज्ञानदेवसदृश असली, तरी भाषेचे स्वरूप प्राचीन नसून अर्वाचीन वाटते. त्यामुळे हे प्रकरण ज्ञानदेवाचे नसावे. (पाहा मराठी वाङ्मय कोष)

६.	अर्जुन गीता (प्राकृतगीता)/गीतासार/पंचरत्नी अर्जुनगीता/भगवद्गीता/ भगवद्गीता सार /लघु ज्ञानदेवी गीता (मुद्रित)
	ओवी संख्या अंदाजे ३५७ - ३७१ (प्रथम प्रकाशित इ.स. १८६८) सरकारी यादीवरून हा शिळा प्रेस छापील ग्रंथ 'सबस्टन्स ऑफ गीता' या नावाने तीन वेळा प्रसिद्ध झाला होता. ग्रंथाच्या प्रती (हस्तलिखित) समर्थ वाग्देवता मंदिर धुळे, भारत इतिहास संशोधक मंडळ, पुणे प्राज्ञ पाठशाळा वाई (दोन हस्तलिखिते)
	मराठी हस्तलिखित केंद्र (क्र. एमएमसी ७) पाने ७८. प्रत्येक अध्यायाचा शेवट *इति श्रीमद्भगवद्गीता। व्यासदेव निरोपिता। प्राकृत जाणो आता। म्हणे ज्ञानदेव।।* असा आहे आणि ग्रंथाचा शेवट *हे ब्रह्मबीज असे। त्यासी भजिजे सर्वश्रे। निंदीती ते परियेसा। देवद्रोही म्हणे ज्ञानदेव।।* असा आहे. यातील प्रत्येक अध्यायाला प्रसंग नावे संबोधले आहे.

७.	आत्मपत्र/आत्मानुभव/स्वात्मानुभव/स्वात्मपत्र/स्वात्मानुभवकथन/ स्वानुभव/स्वार्थपत्र/स्वात्मबोध (मुद्रित) (संपादक ना. चि. केळकर) अनेक कविकृत भक्तीपरमार्थपर कविता, मूळ संहिता २३०, सहासात अभ्यासकांनी संपादित केली आहे. या ग्रंथात चार अवस्था आणि पंधरा विकार इत्यादींविषयीचे विवरण आढळते. प्रकरणाचे शेवटी *शके बाराशे बारा। तै ग्रंथ केला उभारा। परिसावया चतुरा। म्हणे निवृत्तिदासु।।* या प्रमाणे रचनाकाराचा आणि रचनाकाळाचा उल्लेख स्पष्ट आढळतो. त्यामधील उपमा-दृष्टान्त ज्ञानेश्वरी अमृतानुभवाप्रमाणे असले, तरी भाषेच्या अर्वाचीनतेमुळे त्या रचनाकाराची आद्य ज्ञानदेव कर्तृत्वाची शंका येते.

८.	आनंद लहरी : *अमृतानुभव-आनंद लहरी। सिद्ध केला ग्रंथ ज्ञानेश्वरी। संस्कृत प्राकृत वैखरी। वदविली माझी।।* असा आनंद लहरीचा उल्लेख संत नामदेवांच्या एका बाडात आढळतो. टाकळी येथील रामदासी मठात

सापडलेल्या बाडात एक अस्सल मोडी लिपीच्या यादी 'आनंद लहरी' (१५४) असा एका ग्रंथाचा उल्लेख आहे. (श्री. देव यांचा संदर्भ) भारत इतिहास संशोधक मंडळाच्या १८३८च्या इतिवृत्तामध्ये हे नमूद केले आहे.

९. आज्ञापत्र (मुद्रित) ओवी संख्या १६, श्री. दासराम महाराज (केळकर संपादित) यांच्या ओवीबद्ध टीकेसह हे प्रकरण 'वायु लहरी' ग्रंथात समाविष्ट केले आहे. (सांगली/१९६९) खटावचे संत रामनंद महाराज यांच्या पठणात असणाऱ्या ज्ञानदेव आज्ञापत्रातील सोळा ओव्या श्री. केळकर यांनी वहीत टिपून ठेवल्या होत्या. ओव्या सच्चिदानंद बाबांस उद्देशून आहेत. *भावार्थ दीपिका शुद्ध। आवृत्ति करी।* हे सांगण्यासाठी हे आज्ञापत्र आहे.

१०. उत्तरगीता (मुद्रित) एकूण तीन अध्याय, ओवी संख्या ५८४ (संपादक गोंधळेकर) या गीतेमध्ये सिद्धमार्ग, ज्ञानविज्ञान विचार, योगमार्ग, शून्यवाद इत्यादी विषयांचे स्पष्टीकरण दिले आहे. हा ग्रंथ आद्य ज्ञानदेवांचा असावा असे मत अभ्यासकांनी दिले आहे. पण पेंडसे, बहिरट, हंस इत्यादी अभ्यासकांना ते मान्य नाही. अर्थात, यावर अधिक संशोधन व्हावयास हवे. (१) प्राज्ञ पाठशाळा वाई, तीन पूर्ण अध्याय, (सध्या मराठी हस्तलिखित केंद्राकडे) एमएमसी ४१७ पोथीची सुरुवात *ओम नमोजी गणेश्वरा। उमाशंकरा कुमारा। तारावया संसारा। तूचि एक।। /* शेवट : *उत्तरगीता टीकेसी प्रवाहो। तेथे जो मज नरिवो। तो जीवन मुक्तची म्हणे। ज्ञानदेवो।। (निवृत्तिदासो)*
पुणे मराठी ग्रंथालयात एक हस्तलिखित, ३ अध्याय पूर्ण, शके १७१३ (संपादक बल्लाळ जेजुरी) शेवट : *उत्तरगीता टीकेसी प्रवाहो। येथे जो भजन करुनिया धरी भाव। तो जीवन मुक्तीची म्हणे ज्ञानदेवो। निवृत्तिदासू।।*

११. उत्तर पंचविसी/उत्तर पत्रिका/देखणी पत्रिका/पंचविसी (मुद्रित) ओवी संख्या २७, (संपादक व. दा. कुलकर्णी) चांगदेवांच्या कोऱ्या कागदाला उत्तर म्हणजे ही उत्तर पंचविसी, संख्या अधिष्ठित कूट रचना या प्रकरणात आढळते. चांगदेवांच्या कोऱ्या पत्राला उत्तर म्हणून चांगदेव पासष्टी लिहून पुन्हा उत्तर पंचविशी लिहिण्याचे प्रयोजन काय; त्यामुळे ही रचना ज्ञानेश्वर उत्तरकालीन असावी. शिवाय आद्य ज्ञानदेवांची प्रासादिक शैली या रचनेत आढळून येत नाही.

१२. कमाल अठ्याहत्तरी (मुद्रित, संपादक सावंत, बेळगाव १९०४) ओवी संख्या ८०, कमाल नावाच्या आपल्या भक्ताला ज्ञानदेवांनी जो अद्वैत

वेदान्तपर उपदेश केला, तो या प्रकरणात समाविष्ट आहे. 'निवृत्ति प्रसादे ऐकता बोध' असा ज्ञानदेवांचा कर्तृत्वदर्शन उल्लेख एकदाच आला आहे. भाषेच्या स्वरूपावरून हा ग्रंथ (रचना) ज्ञानदेवांचा नाही हे लक्षात येते.

१३. कल्याणपत्र/कल्याण पत्रिका/लेखन/लिखित/त्रिपन्नाक्षरी/लेखणी
(मुद्रित - ग्रंथ संख्या ५३+३) ज्ञानदेवकृत लेखणी ग्रंथ व गुरुखुणेचे अभंग, संपादक कामत, नोव्हेंबर १९५४, यामध्ये लेखणीचे ५३ अभंग आणि गुरुखुणेचे तीन अभंग आहेत. या ग्रंथात नंतरच्या एकनाथ महाराजांचा उल्लेख येतो. त्यामुळे हा ग्रंथ आद्य ज्ञानदेवांचा नसावा. हस्त प्रति एमएमसी/०१, प्राज्ञ पाठशाळा, वाई, (५२ ओव्या).
सुरुवात :
नयनाचे अंजनी। माजी देखणीच लेखणी।
देखणीयाची मिरवण। या निवृते हते।।
शेवट :
हे अगम्य कल्याणपत्र। ऐसे निखणी अनंगाचे नेत्र।
पत्र वाचितया मंगळधाम स्वतंत्र। अर्पिलावो माये।।
या शिवाय कल्याणपत्रिका - लेखणी (मुद्रित : ग्रंथत्रयी, डॉ. शिरीष कवडे, पुणे १९९७)

१४. खेळ/मोक्षपट/ज्ञानपट/(मुद्रित, आठवले, रत्नागिरी, १८६९) करमणुकीसाठी बनवलेला खेळ असे याचे स्वरूप आहे. ज्ञानदेवांनी रचलेल्या ज्ञानपट नावाच्या खेळाची माहिती (पाहा - पारख : ज्ञानेश्वर महाराजांचे चरित्र, १९०६) दिली आहे. ज्ञानेश्वरकृत मोक्षपटाचा उल्लेख येतो तो हाच खेळ असावा. खेळाची कल्पना ज्ञानेश्वरांच्या तत्त्वज्ञानाला धरून असली, तरी अशा खेळाचे कर्तृत्व त्यांच्याकडे देण्याऐवजी त्यांच्या एखाद्या भक्ताकडे द्यावे. त्याने कल्पनेतून रचला असावा.

- मोक्षपटाचे एक हस्तलिखित मराठी हस्तलिखित केंद्राकडे आहे. सुरुवात जन्म आणि शेवट मोक्षाकडे झाला आहे. या ज्ञानपटात शिड्या आहेत, पण खाली ओढणारे सर्प नाहीत. शिवाय सुरुवातीला सातआठ ओव्या खेळाबद्दल सांगतात.

- खेळ ज्ञानोबा (अमुद्रित) पुणे विद्यापीठाच्या जयकर ग्रंथालयात ज्ञानदेवाचे नावावरील हस्तलिखितात छापील पोथ्यांतील या विषयीचे अभंगांचे संकलन आढळते. परंतु हे स्वतंत्र प्रकरण नव्हे.

- मोक्षपट नावानेही ग्रंथ पाहावयास मिळतात. जन्म ते कैवल्य अशी घरे, कवड्यांवरून खेळतात, या खेळात फक्त सापच असतात.
- मोक्षपट (एमएमसी/१८४-१८५)

मोक्षपट : ओरिएंटल इन्स्टिट्यूट, ठाणे, हस्त क्र. २८८

ज्ञानदेव - सोपानदेव यांच्या खेळाविषयी सातआठ तक्ते भांडारकर प्राच्यविद्या संस्थेमध्ये आहेत. या विषयीचा अभ्यास बडोद्याचे डॉ. वाकणकरांनी केला आहे.

१५. गायत्री रहस्य/गायत्री टीका/गायत्रीमंत्र/गायत्री श्लोक/(मुद्रित) श्लोक संख्या २६ (ल. रा. पांगारकर, १९२४) गायत्री मंत्राचा विधिपूर्वक संस्कार व्हावा म्हणून स्वतःचे आणि भावंडांचे आयुष्य पणाला लावणाऱ्या, आई-वडिलांनी बहिष्काराचे देहान्त प्रायश्चित्त घ्यावे लागले. रेड्यामुखी वेद लोकजनांना ऐकवून वेद कोणत्याही समाजाची मक्तेदारी नाही. त्यामुळे गायत्रीमंत्रावर आदि शंकराचार्यांच्या भाष्यावर ज्ञानदेवांनी ओवीबद्ध भाष्य केले. या भाष्याची हस्तलिखिते पाहण्यात आली आहेत, ती अशी आहेत :

१. गायत्रा अर्थ रहस्य (आनंदाश्रम)

२. गायत्री भाष्य (ढेरे संग्रह)

३. गायत्री भाष्य शंकराचार्य - ज्ञानदेव (डेक्कन कॉलेज)

४. गायत्री टीका (एमएमसी)

५. गायत्री मंत्र अर्थ (डेक्कन कॉलेज)

६. गायत्री टीका (आनंदाश्रम, शके १८११)

७. गायत्री अर्थ रहस्य (पुणे मराठी ग्रंथालय)

८. गायत्री टीका (वाई)

९. गायत्र्यार्थ रहस्य (भांडारकर प्राच्यविद्या संस्था)

आणि अलीकडेच भांडारकर प्राच्यविद्या संस्थेला मिळवून दिलेले मूळतापीचे धर्माधिकारी संग्रहातील) सुमारे अडीचशे वर्षापूर्वींचे ३ बाय ६ इंच आकाराचे, चौदा पानांचे (अधिक माहिती पाहा - क्षेत्र पावस नियतकालिक/२०२०) परंतु संशोधक भाषेवरून ते ज्ञानदेवाचे नाही म्हणतात.

१६. गीताख्याची थोरवी (गीता माहात्म्य) अमु. समर्थ वाग्देवता मंदिर धुळे, या संस्थेत हस्तलिखित आहे. अर्जुनास गीता सांगितली. परंतु गीतेची थोरवी या ग्रंथात दिली आहे. गीता माहात्म्य म्हणूनही एक ग्रंथ आहे.

१७. गीता सार/प्राकृत गीता/अर्जुन गीता/पंचरत्नी अर्जुन गीता/भगवद्गीता/ भगवद्गीता सार/लघु ज्ञानदेवी गीता/(मुद्रित ग्रंथ) ओवी संख्या (३५७- ३७१). १८७० ते ८० या काळात तीन वेळा शिळा प्रेस छपाई. सरकारी यादीवरून 'सबस्टन्स ऑफ गीता' या नावे तीन वेळा मुद्रित झाल्याचे दिसते. या ग्रंथाच्या हस्तलिखित प्रती धुळेमधील वाग्देवता मंदिर आणि भारत इतिहास संशोधक मंडळ, पुणे इथे उपलब्ध आहे. वर निर्देश केलेली सर्व नावे एकाच ग्रंथाची आहेत असे अभ्यासकांचे मत आहे. ग्रंथाच्या नमनात *त्या उपकारास्तव नमस्कारू । नमिला तो ज्ञानेश्वरू। आता नमू श्रीगुरु उदारु। जेणे अंधकार फेडिला।* या उद्धरणावरून ही रचना ज्ञानेश्वरांची नाही, असे मत डॉ. प्रियोळकर, डॉ. पेंडसे यांनी व्यक्त केले आहे. तरीसुद्धा काही ग्रंथ ज्ञानदेवांशी नाते सांगतात. पंढरपूरच्या प्रल्हाद बडवे घराण्यात जी रचना मिळाली, तिचा शेवट *इति श्रीमद्भगवद्गीता। व्यासदेव निरोपिता। प्राकृत जाणो आता। ज्ञानदेव म्हणे।।* असा असल्याचे उल्लेख आढळतात. हा ग्रंथ मराठी हस्तलिखित संग्रहात आहे.

१८. गुप्तधन (अमुद्रित) आजगावकर निर्देशित

१९. गुरुपट (अमुद्रित) संदर्भ गो. का. चांदोरकर सूची

२०. गुह्यपंचक (अमुद्रित) ज्ञानदेवांच्या समाधीसंबंधी अभंग एकत्रित घेऊन त्याला 'समाधी ज्ञानदेवाची' नाव दिले. स्वतंत्र ग्रंथ नाही.

२१. चतुर्विधा मुक्ती लक्षण/ज्ञान प्रकाश/मुद्रित, संपादक, आ. रा. सावंत, बेळगाव, १८९८. या ग्रंथात सलोकता, समीपता, सरूपता व सायुज्यता अशा चार मुक्तींचे वर्णन केले आहे. प्रत्येक मुक्तिवर्णनाअखेर 'इति ज्ञानदेव विरचिते ज्ञानप्रकाश ग्रंथ संपूर्ण' असा उल्लेख येतो. ग्रंथाचे शेवटी अंबा भवानीच्या कृपेचे आवाहन करणारा हा ज्ञानदेव आद्य ज्ञानदेव नसावा, असे समजले जाते.

२२. तत्त्वमसि/पंचीकरण/पंचीकरण महावाक्य/महावाक्य ओवी/महावाक्य निरूपण (मुद्रित ग्रंथ, विविध नावाने ओळखला जातो.) ओवी संख्या १४८ (संपादक रा.श्री. गोंधळेकर, शिळा प्रेस, पुणे) २) ओवी संख्या १५२ संपादक ओक या ग्रंथात ३६ तत्त्वे, चार शून्ये, अजपाजप याचे निरूपण असून ज्ञानेश्वरीतील अप्रत्यक्षपणे व अभंगात प्रत्यक्षपणे सांगितलेल्या पश्चिम मार्गाची माहिती या ग्रंथात दिली आहे. तत्त्वमसि आणि पंचीकरण एकच ग्रंथ आहे. हा ग्रंथ ज्ञानदेवांनी रचला असे डॉ. शं.

दा. पेंडसे मत मांडतात. परंतु भाषा, विषय मांडणी आणि शैली यांवरून हा ग्रंथ निश्चितपणे ज्ञानदेवांचा नाही असे प्रियोळकर म्हणतात.

२३. त्रिपत्राक्षरी लेखणी/लेखणी, कल्याणपत्र, कल्याणपत्रिका पाहा.

२४. दिव्यनमन/नमन/नमन स्तुती/नमन स्तोत्र/प्राकृत विष्णुसहस्रनाम/ विष्णुसहस्रनाम (मुद्रित ग्रंथ/ओवी संख्या १०८) श्री नामदेव गाथा (मुंबई - १९७० पृ. ४१२ - ४१९) समाधीच्या वेळी ज्ञानदेवांनी हे नमन गाईले असे मानले जाते. पू. मामासाहेब दांडेकर नमनास ज्ञानदेवाचे शेवटचे वाक्पुष्प समजतात. डॉ. पेंडसे ही नमन रचना आद्य ज्ञानदेवाची मानतात. परंतु ही रचना नामदेव गाथ्यात येते याचा अर्थ या प्रकरणाचे कर्तृत्व नामदेवरायांकडे द्यावे, असे काही अभ्यासक मानतात. असे काव्य करण्याची त्यांना गरज होती का असा विचार बरेच संशोधक मांडतात. याची काही हस्तलिखिते -

१. एमएमसी २७५ (मूळ आनंदाश्रमातून, एकूण ५४ पाने प्रत्येक पानावर पाच ओळी

२. एमएमसी ५८१ (मूळचे प्राज्ञ पाठशाळा, वाई, श्लोक १०१ ते १०८ अपूर्ण ग्रंथ

३. नमन पूर्ण ग्रंथ (एम एम सी ५८२, मूळचे हस्तलिखित प्राज्ञ पाठशाळा वाई, श्लोक १०८ पाने १८, ओळी प्रत्येकी ७, शके १८१७) ग्रंथाची सुरुवात *अथश्री श्रीज्ञानेश्वरकृत नमनस्तोत्र प्रारंभ व शेवट ऐसा ज्ञान उद्बोध बोले। ज्ञानाज्ञान विसरले। विज्ञानही हरवले। दृश्यपणे।।१०८।।*

२५. देखणी पत्रिका (उत्तर पंचविसी) पाहा.

२६. द्रोणपर्व (मुद्रित) ओवी संख्या १६२६ (संपादक अ. का. प्रियोळकर, १९३०, पृष्ठे १-७२, हा ग्रंथ विष्णुदास नामाच्या महाभारत बाडात उपलब्ध झाला. 'ज्ञानेश्वरीतील बरेचसे शब्द या ग्रंथात आढळतात, म्हणून हा ग्रंथ आद्य ज्ञानदेवांचा असेल असे मला वाटत नाही.' - अ. का. प्रियोळकर. 'निवृत्तिप्रसादे' असा ग्रंथकर्त्यांचा उल्लेख असला तरी. एक शंका अशी व्यक्त केली जाते की अन्य रचना तत्त्वज्ञानपर असताना हीच रचना कथाकथनपर कशी असेल.

२७. धर्मगीता (अमुद्रित, ओवी संख्या १६८, तंजावूर सरस्वती महाल ग्रंथालय, बाड क्र. १६०) श्रीकृष्णाने युधिष्ठिराला केलेला उपदेश या प्रकरणात ग्रंथित केलेला आहे. 'ज्ञानदेव' असा कर्त्यांचा निर्देश ओवी क्र. ६५-६६ यामध्ये आढळतो.

२८.	नाममाळेचे अभंग (अमुद्रित) संकलन बाड ९०४ समर्थ वाग्देवता मंदिर धुळे) अन्यत्र उपलब्ध होणारे नामविषयक अभंग या हस्तलिखितात एकत्र केले आहे. हे स्वतंत्र प्रकरण नाही.

२९.	पंडुगीता (अमुद्रित) ओवी संख्या ३८५, नगरच्या पाठक यांच्या हस्तलिखित संग्रहात ही पोथी उपलब्ध झाली. ग्रंथकर्ता 'बाप रखुमादेवीवर' दिला आहे. ग्रंथाच्या भाषेवरून हा अर्वाचीन काळातला असल्याचे लक्षात येते. (डॉ. शं. गो. तुळपुळे : पाच संतकवी)

३०.	पदपदांतरे (मुद्रित) (बा. ना. मुंडी, १९७०) एकूण पदे ३६ त्यांपैकी २५ पदे ज्ञानदेवांच्या छापील गाथ्यात आढळून येत नाहीत. (५-६ पदे कैवल्य वैभव, १-२ पदे ज्ञानेश्वरीची प्रभावळमध्ये.)

३१.	परम प्रकाश (अमुद्रित) (बा. ना. मुंडी, १९७०)

३२.	पवन विजय (मुद्रित) ओवी संख्या ४२९ (संपादन म. प. पेठे) १९७७, या ग्रंथाचे एकमेव हस्तलिखित (शके १७८२) पुणे येथील नाथ संप्रदायी गंगानाथाच्या मठात डॉ. ढेरे यांना मिळाली. (हे हस्तलिखित मराठी केंद्रात आहे. क्र. एमएमसी/१६२) नंतर या प्रतीच्या नकलीवरून प्रस्तुत ग्रंथाचे मुद्रण झाले आहे. योग आणि ज्योतिष या दोन साधनांनी मनुष्याने आपले जीवन सुखी कसे करावे, याचे विवेचन या ग्रंथात आले आहे. पार्वती-कार्तिकेय-शिव यांच्या संवादातून विषय मांडला आहे. ग्रंथाची भाषा ज्ञानेश्वरीइतकी प्राचीन वाटत नाही आणि ग्रंथात संत रामदासांचा येणारा उल्लेख शंका निर्माण करतो.

३३.	प्राणसाखळी (अमुद्रित) ओवी संख्या ११२, बाड क्र. २४३ तंजावूर स.म. ग्रंथालय, 'निवृत्ति - ज्ञानदेव संवादात्मक अध्यात्म' असे या प्रकरणाचे वर्णन प्रतलेखक शामजी गोपाळ यांनी केले आहे. ग्रंथकर्ता म्हणून ज्ञानदेवांचा उल्लेख असला, तरी योगवसिष्ठातील नववा अध्याय त्यावर स्वतंत्रपणे लिहून ज्ञानदेवाच्या एखाद्या भाविक भक्ताने हे 'प्राण साखळी' प्रकरण तयार केले असावे असे दिसते.

३४.	भक्तराज/भक्तिराज (मुद्रित) ओवी संख्या अंदाजे ३०० - ३०९ (संपादन आ. रा. सावंत, बेळगाव, १८९८) दुसरी प्रत (संपादन केळकर, ओवी संख्या ३०९, अनेक कविकृत भक्तिपरमार्थपर कविता, मुंबई, १९०३) पृ. ६०-७७ 'काल शके बाराशते बारोत्तरी। अलंकापुरी दिव्य नगरी।' असा ग्रंथात ज्ञानदेवकालाशी जुळणारा उल्लेख आणि 'ज्ञानदेव विरचित

भक्तिराज संपूर्ण' असा पाठ यावरून हा ग्रंथ आद्य ज्ञानदेवांशी जोडला जातो. ग्रंथातील ज्ञानदेवांचा त्रयस्थपणे केलेला उल्लेख, भाषेवर रामदासी शैलीचा प्रभाव, जनार्दन - एकनाथांचा उल्लेख या गोष्टी पाहता हा ग्रंथ आद्य ज्ञानदेवांचा नाही हे निश्चित.

३५. भगवद्गीता सप्तश्लोकी टीका (अमुद्रित) ओवी संख्या १८९, मुंबई मराठी हस्तलिखित

३६. मुकुटमणि/मुक्तामणि/मुगूदमणि/(मुद्रित) मुगुटमणि (ओवी संख्या १४८, संपादक आ.रा. सावंत) ज्ञानेश्वरकृत मुद्रा प्रकरण पहा अरूप प्रकाश शिव-पार्वती संवादातून विविध मुद्रांची लक्षणे, मुद्रा लावल्याने येणारा अनुभव, योगानुभव, मृत्युकाल कसा जाणावा या संबंधीचे विवेचन या ग्रंथात केले आहे. ओवी क्र. १३६मध्ये 'दामोसहदेव' असा लेखकाचा स्पष्ट उल्लेख आहे म्हणून हा ग्रंथ ज्ञानदेवांचा नाही.

३७. योग वासिष्ठ (मुद्रित) ओवी संख्या १२४, श्री ज्ञानेश्वर महाराजांचे योग वासिष्ठ संपादक, गो.का. चांदोरकर, धुळे १९१४. हा ग्रंथ आद्य ज्ञानदेवांचा आहे असे प्रस्तावनेत म्हटले आहे. सांप्रदायिकांनी तत्त्वभेदावरून हा ग्रंथ आद्य ज्ञानदेवांचा न मानता त्यावर बहिष्कार घातला. या ग्रंथावर आजवर बरीच चर्चा झाली आहे. त्या सर्व मतांचा परामर्श घेऊन शं.दा. पेंडसे यांनी ते अमान्य करून वाद निकालात काढला.

३८. योगिनी (अमुद्रित) गो. का. चांदोरकरांच्या सूचीत नोंद (पृ. ५८)

३९. लिखित लेखणी, कल्याणपत्र पाहा.

४०. शकुनावळि (अमुद्रित) ओवी संख्या ६५, या प्रकरणाची शके १७१२मध्ये धारवाड येथे केलेली. ज्ञानदेवांच्या नावावरची प्रत नगरच्या ना.वि. पाठक यांच्या हस्तलिखित संग्रहात आहे. समर्थ वाग्देवता मंदिर धुळे येथील ३१६ क्रमांकाच्या बाडात ६३ संस्कृत श्लोक असलेली अशीच एक प्रत असून तीमध्ये शेवटी 'ज्ञानदेवेन कथितं नारायण प्रश्नावली पूर्ण' असा उल्लेख येतो. याच बाडात कोण्या गोविंदसुताने केलेले मराठी रूपांत आढळते. हे बाड २५० वर्षांपूर्वीचे आहे. त्यामधील विषय ज्योतिष असल्याने आद्य ज्ञानदेवांशी त्याचा काही संबंध पोहोचत नाही. असाच 'नारायणी' नावाचा ६५ श्लोकांचा ग्रंथ नुकताच मजकडे आला आहे. त्यामध्ये या चारपैकी तीन अक्षरे डोळे झाकून निवडल्यास काय फळ मिळेल हे सांगितले आहे. छोटे हस्तलिखित आहे. कर्ता जनार्दन आहे. (यशोधन लोवलेकर यांचेकडून हस्तलिखित मिळाले.)

४१. शुकाष्टक (शुकाष्टक टीका) मुद्रित १) शुकाष्टक पोथी, पृ. १० मुंबई, शिळा प्रेस २) श्लोक ९, ओवी संख्या ४९, ज्ञानेश्वर महाराज विरचित शुकाष्टकावरील टीका (संपादक : केळकर) अनेक कविकृत भक्तिपरमार्थपर कविता (मुंबई, १९०३ पृष्ठे १३६-१४०) यामध्ये शुकाचार्यांच्या आठ श्लोकांवर ज्ञानेश्वरांची प्राकृत टीका आहे. 'शके बाराशे सोळोत्तरी' ग्रंथपूर्ण झाल्याचा उल्लेख येतो. ग्रंथात नमन नाही. मेहेंदळे यांना उपलब्ध झालेल्या या ग्रंथाच्या हस्तलिखितात ७१ ओव्या आहेत.

विसोबा खेचरांनीही या ग्रंथाचा निर्देश केला आहे. त्यावरून तो आद्य ज्ञानदेवांचा वाटतो. मात्र ग्रंथाच्या अर्वाचीन भाषेमुळे शंका वाटते. याशिवाय शुकाष्टक (वेदगर्भ सार/एमएमसी १६९) ३) आ. बा. चांदोरकर कृत हस्त नकल (पाच पाने) डॉ. कवडे संपादित शुकाष्टक (लघुसप्तक ग्रंथात) असे उल्लेख सापडतात.

४२. सच्चिदानंदास लखोटा/सप्तपदी/लखोटा (अमुद्रित) ७ अभंग, बाड क्र. १५३७, समर्थ वाग्देवता मंदिर धुळे, कुणा एका ज्ञानदेव भक्ताने अन्यत्र उपलब्ध होणारे सात अभंग संकलित केले आहेत. हे स्वतंत्र प्रकरण मानता येत नाही.

४३. सनद (मुद्रित) अभंग संकलन, सन्मणिमाला (मोरोपंत) ज्ञानदेवांनी मुक्ताबाईला केलेल्या बोधाचे अठरा अभंग यात संकलित केले आहेत. हे स्वतंत्र प्रकरण नव्हे.

४४. समास (अमुद्रित) या ग्रंथाची सहा प्रकरणे असून त्यात जगाच्या उत्पत्तीचा क्रम, जीवात्मभेदाचे कारण, विविध अहंकाराचे निरूपण इत्यादी विषय आले आहेत. ज्ञानदेवांच्या या ग्रंथाचा निर्देश भिंगारकर आणि शं. वा. दांडेकर यांनी केला आहे. (१९३२)

४५. स्वात्मपत्र/स्वात्मानुभव/स्वात्मबोध/पाहा आत्मपत्र - आत्मानुबोध.

४६. हस्तामलक (अमुद्रित) समर्थ वाग्देवता मंदिर बाड क्र. १२००

४७. श्री प्रकाश (एमएमसी/३११) समर्थ वाग्देवता मंदिर मधून नकललेले. डॉ. ढेरे संग्रहातले (एकूण चौदा पाने, ओळी ३८) २) लघुसप्तक (संपादन डॉ. शिरीषदादा कवडे) १९९७ छापील

४८. मदालसा स्तोत्र (एमएमसी/३६६) ४ पाने, अठरा ओव्या, शके १७५७ डॉ. ढेरे यांच्या संग्रहातून

४९. अभंगगाथा

    १. हस्तलिखित बाड - एमएमसी ३०८, पाने ५ ते ४८ डॉ. ढेरे यांच्या संग्रहातून

    २. अभंग - गौळणी एमएमसी/३०९, पाने १२, डॉ. ढेरे यांच्या संग्रहातून

    ३. ज्ञानदेवांचे अभंग इंग्रजी भाषांतरासहित जर्मन संशोधक डॉ. कॅथॉरिता किनले.

५०. ज्ञानेश्वर तेहतिशी १) एमएमसी क्र. ४८४, ३३ ओव्या प्राज्ञ पाठशाळा, वाई शके १५०६, शब्दार्थासहित, पृष्ठे ६

    शेवट :

    वैखरी स्वयंभू सापडे। परेचे पाठारी पेरले।

    पश्यंति ज्ञाना वाफा आले। मध्यमी पिकले।।

५१. ज्ञानदेव तेहतिशी (सं. शिरिषदादा कवडे, ग्रंथत्रयी/१९९७)

५२. आरत्या (ज्ञानदेव रचित)

    १. पंचायतन आरती (एमएमसी/५७७) प्राज्ञ पाठशाळा, वाई संग्रह

    २. भगवद्गीतेची आरती (तीन कडवी, अठरा ओळी)

    ३. भगवद्गीतेची परंपरागत आरती (मु.)

    ४. ज्ञानदेवाची आरती (मुक्तेश्वरकृत/ना.बा. जोशी बाड)

    (*ज्ञानेश्वरांचे शंकास्पद वाङ्मय - श्री ज्ञानदेव नवदर्शन - म. प. पेठे, १७७*)

    (संदर्भ : *मराठी वाङ्मय कोश १, लेखक गं. दे. खानोलकर, १९७७*)

★ ★ ★

६

संत ज्ञानेश्वरविषयक
हस्तलिखितांतील आरत्या

मराठी हस्तलिखितांचा अभ्यास करताना 'बाड' नावाचा एक प्रकार मिळतो. त्यामध्ये केवळ एका विषयावर रचना नसते, तर कुटुंबातील कुंडल्या, आठवणी, आवडत्या दैवताच्या प्रार्थना, पूजापद्धती, घराण्याची परंपरा, इतकेच काय, तत्कालीन बाजारभावही मिळतात. अशाच बाडामध्ये मला काही अप्रकाशित आरत्या पहावयास मिळाल्या. त्या मी संग्रहस्वरूपात नोंदवल्या आहेत.

आरती या काव्यप्रकाराला धार्मिक अधिष्ठान असते. तसेच त्यामध्ये अलंकारिता-लालित्य नसल्याने या काव्यप्रकाराला गौरवस्थान मिळाले नाही; पण लोकमान्यता, लोकप्रियता मिळाली. गणपतीची 'सुखकर्ता' ही रामदासकृत आरती, 'युगे अठ्ठावीस' ही विठ्ठलाची संत नामदेवकृत आरती ही काही उदाहरणे देता येईल.

मी संग्रहित केलेल्या आरत्यांमध्ये संत ज्ञानेश्वर, संत तुकाराम, संत नामदेव, माणिकदास, निळोबाराय यांच्याबरोबर माधव, गोविंद, कचेश्वर, विठोबाअण्णा दफ्तरदार, रामा जनार्दन, त्र्यंबक मंजूळकृत विठ्ठल-रुक्मिणी अशा अलीकडच्या रचनाकारांच्या आरत्या मिळाल्या आहेत. या आरत्या अडीचशे-तीनशे वर्षांपूर्वीपासून मौखिक परंपरेतून चालत आल्या आहेत.

संत ज्ञानेश्वरांची मुक्तेश्वरकृत आरती, संत ज्ञानदेवांची निळोबारायकृत आरती, ज्ञानदेवकृत गीतेची आरती, ज्ञानदेवकृत गीता (परंपरागत) आरती, ज्ञानेश्वरीची गोविंदकृत आरती, रामा जनार्दनकृत ज्ञानदेवांची आरती यांचा समावेश आहे. (अधिक माहिती प्रस्तुत लेखकाचे 'घरच्या घरी देवपूजा' हे पुस्तक पाहा.) सर्वांत विशेष म्हणजे चक्रधर स्वामींची म्हाइंभट्टांनी इ.स. १२७२मध्ये रचलेली मराठीतली पहिली आरती ही संग्रहातून मिळाली आहे.

१. संत ज्ञानेश्वरांची मुक्तेश्वरकृत आरती

इंद्रायणीचे तटी धरीला रहिवास।
विश्व तारावया लक्ष्मी निवास।
ज्ञानरूपे धरिला निजवेश।
वर्म जाणे तया सद्गुरु उपदेश।।१।।
जयदेव जयदेव जय ज्ञानेश्वरा।
जिवा-शिवा आदि परब्रह्म ठेवा।।धृ।।
कृष्ण एकादशी कार्तिक मासी।
आपण पंढरीनाथ सनकादिकांसी।
यात्रेसी येतात स्वानंद राशी।
दर्शन घडे तया निजमुक्ती दासी।।२।।
जयदेव जयदेव...
महिषीपुत्र केला वाचक वेदाचा।
प्रतिष्ठानी गर्व हरिला विप्रांचा।
विशेष अर्थ केला भगवद्गीतेचा।
अज्ञान पिंपळ शोभे वृक्ष कनकाचा।।३।।
जयदेव जयदेव...
सकळ सिद्धगणामाजि तू श्रेष्ठ।
ज्ञानदेवी अनुभव ज्ञान वरिष्ठ।
अनुताप ज्याचा विश्वा घनदाट।
मुक्तेश्वरी न घडे प्रेमाचा लोट।।४।।
जयदेव जयदेव...

(संकलित भांडारकर प्राच्यविद्या संस्था कै. ना. बा. जोशी, विजापूर, बाड क्र. २७)

२. संत ज्ञानेश्वरांची निळोबारायकृत आरती

होता कृपा तुमची पशु वेद बोले।
निर्जीव चाले भिंत महिमा अगाध।
भगवद्गीता टीका ज्ञानेश्वरी शुद्ध।
करुनी भाविक जेका केला निजबोध।।१।।
जयदेवा जयदेवा जय ज्ञानसिंधो।
नामस्मरणे तुमच्या तुटला भवबंधो।।धृ।।

चौदाशे वर्षांचा तप्ती तीरवासी।
येऊनी चांगदेव लागे चरणांसि।
करुनि कृपा देवे अनुगृहिले त्यासी।
देऊनी आत्मज्ञान त्यासी केले सहवासी।।२।।
जयदेवा जयदेवा...
समाधी समई सकळ समुदाय।
घेऊनी सुरवर आले पंढरीराय।
द्वारी अजानवृक्ष सुवर्ण पिंपळ असुमाये।
जाणुनी महिमा निळा चरणातळी राहे।
जयदेवा जयदेवा...
रेड्यामुखी बोलविले महा वेदो। (- अपूर्ण)
(भांडारकर प्राच्यविद्या संस्था घाटपांडे संग्रह)

३. संत ज्ञानेश्वरकृत भगवद्गीतेची आरती

कृष्णाचल पर्वती अगम निघाला।
सप्तशते बोध किरीटी लाधला।
युद्ध संधीमध्ये सेऊनिया धाला।
संजय व्यासकृपे बोलिला।।१।।
जयदेव जयदेव जय चित्सुख सरिते।
श्रीकृष्ण वचनामृत जय भगवद्गीते।।धृ।।
आगमा निगमा मध्ये तटद्वय वाहे।
ज्ञानामृत लहरींवर हेलावत आहे।
आनंद रसकल्लोळी अद्वयरूप पाहे।
भाविक गुरुमुख श्रवणी बुडता तरताहे।।२।।
जयदेव जयदेव...
पुरवं पर सरिता पार्थाब्धी मिळूनि।
सप्तशते बोध व्यास मुखे वाणी।
प्रगटे भगवद्गीता जगदोद्धारिणी।
ज्ञानेश्वर सुस्नाता निवृत्ती चरणी।।३।।
जयदेव जयदेव...
(भांडारकर प्राच्यविद्या संस्था, जैन मंदिर संग्रह, श्रीगोंदा, बाड क्र. ४)

४. संत ज्ञानेश्वरकृत भगवद्गीता परंपरागत आरती

जयदेवी जयदेवी जय भगवद्गीते।
आरती ओवाळू तुज वेद माते।।धृ।।
सुखकरणी दुःखहरणी जननी वेदांची।
अगाध तुझा महिमा नेणे विरंची।
ते तू ब्रह्मा तल्लीन होसी ठायींची।
अर्जुनाच्या भावे प्रकटे मुखांची।।१।।
जयदेवी जयदेवी...
सातशते श्लोक व्यासोक्ती सार।
अष्टदशाध्याय इतुका विस्तार।
एक अर्धपाद करिता उच्चार।
स्मरण मात्रे त्यांचा निरसे संसार।।२।।
जयदेवी जयदेवी...
काय तुझा पार वर्णू मी दीन।
अनन्य भावे तुज आलो मी शरण।
सनाथ करि माये कृपा करून।
बाप रखुमादेवीवरू दास मी मान।।३।।
जयदेवी जयदेवी...

(बळवंत तनय संग्रहित आरती)

५. श्री ज्ञानेश्वरीची गोविंदकृत आरती

आरती ज्ञानदेवी। जीवा सन्मार्ग दावी।
भारत अठरा पर्वीं। मर्म केला पुरी ठावी।
करतळी आमलक। तसा आणून ठेवी।
भाविक उद्धराया। क्लेश सीमाच व्हावी।।२।।
वय तरी काय भावी। कुठे ज्ञान मिळवी।
दृष्टान्त पाहुनिया। मना चटक लावी।।३।।
शंभुही पार्वतीशी। चित्कला करी ठावी।
म्हणे देवी रूप तुझे। नित्य जशी नवाई।।४।।
तशी गीता पाहे त्याला। वाटे मजला व्हावी।
प्रथम अध्यायीं। अर्जुन विषाद दावी।
दुजात योग थोर। देव बोली मानावी।

तिजात कर्म लावी। चवथ्यात ज्ञान भावी।।५।।

पंचमी पुन्हा योग। स्पष्ट करूनी दावी।

षष्ठात आसन रीत। सनिवय पाहावी।

सप्तमी सात प्रश्न। पार्थ श्रीस सुखावी।

उत्तरे अष्टमात। देव सुंदर दावी।।६।।

गीतार्थ नवमांती पुरती। सर्व जाणावी।

देव जेथे सांगो बैसे। न्यून काय नवलाई।

भुलला भक्तीपंथे। पार्थ ममता दावी।।७।।

दशमी विभूती योग। मग विश्वरूप दावी।

द्वादशी साच ज्ञान। कर्मयोगे कथावी।

तेथून पंचदशी। ज्ञान विस्तार दावी।

षोडश सप्तदशी। यौवन दशा स्वभावी।।८।।

सौंदर्य अतिरेके। विजुपरि चमकावी।

पुढील कळसाध्यायी। पूर्ण गीता पाहावी।

भारत अठरा पर्वी। असे मर्म ते दावी।।९।।

तशी ती गीता माता। नित्यनेमे पढावी।

सहज देहभावे। दशदिशेस लावी।

गोविंद कृपा लेश। तरी साथ संपादावी।।१०।।

(भांडारकर प्राच्यविद्या संस्था, घाटपांडे संग्रह)

६. संत ज्ञानेश्वरांची रामा जनार्दनकृत लोकप्रिय आरती

आरती ज्ञानराजा। महा कैवल्य तेजा।

सेवेति साधुसंत। मनु वेधिला माझा।

ज्ञानदेवांची ही आरती रामा जनार्दनाची रचना आहे. आतापर्यंत रामा जनार्दन चाळीसगावच्या देशपांडे घराण्यातले एवढेच माहीत होते. अलीकडे त्यांच्याविषयी बरीच माहिती उपलब्ध झाली आहे. त्यांच्या हस्ताक्षरातील १६४३ची ज्ञानेश्वरी प्रत आनंदाश्रमात आहे हा मोठा शुभयोग म्हणावा लागेल. कारण मराठी हस्तलिखिताची समग्रसूचीच्या प्रकरणात पूर्ण महिनाभर आनंदाश्रमात संग्रहालयात बसून मी सर्व मराठी हस्तलिखिते नोंदवली. त्यामध्ये ज्ञानेश्वरीचे सर्वांत जुने हस्तलिखित मला पहावयास मिळाले नाही. तसेच रामा जनार्दनाची माहितीही मिळाली नव्हती.

आरती ज्ञानराजा। महा कैवल्य तेजा। (काल अंदाजे शके १५१०, समाधी शके १५७०) एकनाथ पंचकातील एक थोर पुरुष. त्यांचे पूर्ण नाव रामा जनार्दन

बहादूरकर. पुणे जिल्ह्यातील दौंडजवळचे पांडे पेडगावचे निवासी, यजुर्वेदी काश्यप गोत्री ब्राह्मण. जनार्दन महाराजांनी आपली चाळीसगावची देशपांडेपणाची वृत्ती मोठ्या प्रेमाने यांना दिली. तेव्हापासून चाळीसगावाची देशपांडे वंशावली आजतागायत पाहावयास मिळते. ते जनार्दनाचे साक्षात शिष्य आणि एकनाथांचे गुरुबंधू असावेत असे एक मत आहे. जनार्दन स्वामींचा समाधी काळ शके १४९७ इतका आहे. त्यांच्या रचनांत अनंतभुजा विठ्ठल आरती, संतलक्षण विषयक अभंग, सद्गुरू आरती आणि अभंग, पदपदांतरे, ज्ञानदेवांची आरती यांचा समावेश आहे. रामा जनार्दनाविषयी संशोधकांची विविध मते आहेत. काहींच्या मते त्यांचे आडनाव 'बुर्कुले' होते. अलीकडे ते देशपांडे नावाने ओळखले गेले. आपण त्यांनी केलेली अन् आजवर प्रचारातली आरती पाहू.

आरती ज्ञानराजा। महा कैवल्य तेजा।
सेवेति साधुसंत। मनु वेधिला माझा।
आरती ज्ञानराजा
लोपले ज्ञानजगी। हित नेणती कोणी।
अवतार पांडुरंग। नाव ठेविले ज्ञानी।।१।।
आरती ज्ञानराजा
प्रगट गुह्य बोले। विश्व ब्रह्मची केले।
रामा जनार्दनी। पायी मस्तक ठेविले।।२।।
आरती ज्ञानराजा
ज्ञानेश्वर कृपामूर्ती। साहे प्रकाश ज्योति।
विश्वजग व्यापुनिया। तुझी अगाध कीर्ति।।३।।
आरती ज्ञानराजा

शेवटचे तिसरे कडवे वापरले जात नाही. कारण अज्ञात आहे.

★ ★ ★

<h1 style="text-align:center">७</h1>

संत एकनाथांची आळंदी शोधयात्रा

संत एकनाथ (पैठण) मराठीत म्हण आहे 'ज्ञानाचा एका आणि नामाचा तुका' म्हणजे ज्ञानदेवाची परंपरा एकनाथांनी तर नामदेवरायांची तुकोबांनी चालवली. एकनाथांची जन्मतिथी ज्ञात नाही. पण शके १४५४ (इ.स. १५६२) जनार्दन स्वामींचे शिष्य. नाथाची गुरू परंपरा जनार्दन - एकनाथ - राघव - माधव - राघव - त्र्यंबक - केशव अशी आहे. यामधील केशव यांनी (काल इ.स. अठरावे शतक) एकनाथ चरित्र लिहिले. हे चरित्र केशवांनी शके १६८२मध्ये (इ.स. १७६०मध्ये) लिहिले. केशव बुवा हे एकनाथांचे नातू आणि हरि पंडितांचे धाकटे चिरंजीव 'राघव' यांच्या नंतरच्या नाथ परंपरेत येतात. त्याचा क्रमांक चौथा आहे. केशव बुवांचा काळ साधारण अठरावे शतक धरला जातो. नाथांच्या परंपरेतील 'त्र्यंबक' हे केशवांचे वडील.

केशवांनी लिहिलेल्या एकनाथ चरित्राच्या हस्तलिखिताच्या दोन प्रती (शके १७६० आणि शके १७९२) अलीकडेच पाहण्यात आल्या. एकतीस अध्यायांच्या संत एकनाथ चरित्रात त्याच्या जीवनातील घडामोडी वर्णिल्या आहेत. त्यामध्ये सोळाव्या अध्यायात नाथांनी आळंदी क्षेत्राची केलेली शोधयात्रा वर्णन केलेली आहे. एकूण ७९ ओव्यांमधून केशवबुवांनी रसाळपणे नाथांची आळंदी भेट, तीन दिवस अहोरात्र, घनदाट जंगलात, संत ज्ञानदेवांच्या समाधीचा घेतलेला शोध, नंतर ज्ञानदेव भेटीचा साक्षात्कार, दोहोंमधील सुसंवाद परत फिरताना ज्ञानेश्वरीची (भावार्थ दीपिकेची प्रत जी संजीवन समाधी घेताना ज्ञानेश्वरांच्या विनंती वरून निवृत्तिनाथांनी आत ठेवली होती.) मूळ प्रत बरोबर घेतल्याचा उल्लेख, नंतरच्या वर्षात महाराष्ट्रात प्रस्तुत ग्रंथाच्या साहाय्याने प्रसृत झालेल्या प्रतीतील अपपाठ दुरुस्ती असा क्रमशः मजकूर आला आहे.

एकनाथांना ज्ञानदेवांनी स्वप्नामध्ये येऊन आपल्या गळ्याला अजानवृक्षाच्या मुळ्यांचा त्रास होत असल्याची आणि त्यापासून मुक्त करण्याची अनुज्ञा केली.

एकंदरीतच हा कथाभाग विलक्षण आहे. सत्य आहे आणि त्यामुळे काही गोष्टी संत ज्ञानदेव, त्यांची संजीवन समाधी आणि आळंदी क्षेत्र यांविषयी वेगळी माहिती मिळते. केशवाचे नाथ चरित्र शके १६८२च्या (इ.स. १७६०च्या) अश्विन वद्य त्रयोदशीस लिहून पूर्ण झाले अशी नोंद डॉ. ढेरे, शं. श्री. देव आणि गो. का. चांदोरकर यांनी केली आहे. काहींचे मत वेगळे आहे. त्यांच्या मते ती मूळ प्रत नसून नक्कल प्रत आहे. कारण एकनाथांचे वंशज गणपती बुवा नाथवाले (पैठण) यांच्याकडील नाथचरित्राच्या प्रतीवर शके १६४२ (इ.स. १७२०) असा काळ दिला आहे आणि हा ग्रंथ नाशिकजवळ 'टाकळी' मुक्कामी लिहिल्याची नोंद आहे. मी पाहिलेली दोन्ही हस्तलिखिते शके १७६९ आणि शके १७९२चीच होती. हस्ताक्षर सुंदर आहे आणि ३१ अध्यायांचा पूर्ण ग्रंथ होतो. लेखकाने नाथांचे परंपरागत चालत आलेले चरित्र दिले आहे आणि सोळाव्या अध्यायात क्षेत्र आळंदी भेट वर्णन केलेली आहे.

केशव बुवा म्हणतात –

म्हणती ज्ञानेश्वराचे स्थान। पहावया आवडी पूर्ण।

ऐसे वचन निघाले।।३।।

जावयाची सिद्धता उद्धवे केली तत्त्वता।

नाथांच्या बरोबर शिष्यमंडळींचा आणि भाविकांचा मोठा लवाजमा होता. सर्वांचीच इच्छा ज्ञानेश्वर माउलींचे समाधीस्थान पाहण्याची होती. (त्या काळापर्यंत फारशी माहीत नव्हती.) नाथांनी येणाऱ्यांना निराश केले नाही. ज्या कार्यार्थ नाथ निघाले होते, त्या स्थळाची निश्चित माहिती नव्हती, ते क्षेत्रही अज्ञात होते. बरोबरीच्या भाविकांची राहण्याची, खाण्यापिण्याची काय सोय करायची, हा प्रश्नही होता. तरी पण सर्व मंडळी पायी भजन-कीर्तन करीत निघाली. फक्त इंद्रायणीच्या काठावर ते क्षेत्र आहे म्हणून इंद्रायणीतीराने चाल सुरू केली. केशव बुवा म्हणतात –

झाडी अतिशय दाट। जावया स्पष्ट नाही वाट।

वनी श्वापदांचा बोभाट। किलकिलाट ऐकती।।१०।।

जाण्यासाठी रस्ता धड नाही. केवळ इंद्रायणी, तिचे वाळवंट आणि काठावर दाट झाडी आणि जंगली जनावरांचे आवाज. परंतु हरिनामात गुंतलेली मंडळी घाबरून गेली नाहीत. आळंदी क्षेत्र विकसित असल्याचे मनात धरून जी मंडळी बरोबर आली होती, ती बुजली, थोडी भ्याली. परतीची इच्छा करू लागली. नाथांनी त्यांना धीर दिला.

ते म्हणाले -

समस्तासि म्हणे नाथ। तुम्ही असा इथे स्वस्थ।

समाधीस्थान शोधार्थ। जाऊनी त्वरित येतसो।

इंद्रायणी-कुबेरगंगाच्या संगमाजवळ येऊन पोहोचले. सिद्धबेटजवळ, कुबेर गंगेच्या काठावर, वाळवंटात सर्वांना मुक्काम करायचा आदेश दिला. दाट झाडीतून वाट काढताना एका ठिकाणी अजानवृक्षांची दाट रांग दिसली. (ती आजही आहे.) इथून जवळपास संजीवन समाधी असल्याचे नाथांचे मत झाले. परंतु समाधीचे द्वार सापडेना, सिद्धेश्वर मंदिरात जाऊन दर्शन घेतले. भोवताली सापांची वारुळे दिसत होती. सूर्य अस्ताला गेला. नाथ निराश झाले.

श्री नाथासी नाही भान। कैचा अभिमान देह स्थितीचा।।१६।।

ते स्थळी स्वस्थ चित्तवृत्ती। श्रीनाथ राहे आत्मस्थिती।।१७।।

पुन्हा वाळवंटात परतले. समाधीचा शोध लागेना. निराश झाले आणि दुसऱ्या दिवशी आर्त स्वरात ज्ञानदेवांची प्रार्थना केली. 'दर्शन द्या' म्हणून हट्ट धरला.

श्री ज्ञानेश्वर कृपामूर्ती। प्रकटोनी देति दर्शन।

परस्परे निज ऐक्यता। मुळीच आहे उभयता।

परी लोक संग्रहार्थ नटनाट्यता। लीला विग्रहता भिन्न।।१८।।

ज्ञानदेवांनी सिद्धेश्वरासमोरचा नंदीकेश्वर दूर सारून आतील मागनि मजकडे यावे असे सूचित केले. नाथ मंदिरात आल्यावर माउलींनी नंदी सारून नाथांना आत घेऊन समाधीस्थान दाखवले.

होय न होय समाधी स्थळ। जनासी विकल्प राहिला।

त्या लागी लोक सकळ। मानिती आढळ प्रांजल ते।।२२।।

नाथ म्हणतात, ''ज्ञानदेवा, भक्तांना, लोकांना तुमचे समाधीस्थान माहीत व्हावे, त्यांच्या मनात तुमच्या संजीवन समाधीचा विकल्प न राहावा, एवढ्यासाठीच मी हट्ट करून समाधी गुहेत आलो. क्षमा करा. शिवाय, आपल्या मस्तकाजवळ अजानवृक्षाच्या मुळीने त्रास होतो आहे तो दूर करण्यासाठी आलो आहे.''

ज्ञानदेवांचे दर्शन, अजानवृक्षाची फांदी तोडण्याचे काम झाल्यावर एकनाथांनी माउलींना विनंती केली. आपण ज्ञानेश्वरी नावाचा (भावार्थ दीपिका) ग्रंथ म्हाळसा ग्रामी लिहिला, त्याचा प्रसार सर्वत्र अपपाठाने व्यापला आहे. ते पाठ शुद्ध करण्याचे

व्रत मी स्वीकारले आहे. ते पूर्ण झाले की मी ग्रंथ आपल्याकडून परत आणून ठेवीन. (आणि नंतर एक वर्षनि ग्रंथ परत केला.)

'बाहेरील भाविकांच्या पाठांतरात हा ग्रंथ अपपाठांनी भरला आहे. ते अपपाठ शुद्ध करण्याचाही माझा भेटीचा हेतू होता.' या दोघांच्या क्षेमसंवाद सुरू असताना इंद्रायणीच्या वाळवंटात उतरलेल्या भाविक भक्तांची उपासमार होऊ लागली. पंढरीच्या रायाला चैन पडेना. त्याने तत्काळ कानडा भाषिक लिंगायत वाण्याचे रूप घेऊन वाळवंटात दुकान मांडले. लोकांना बोलवून माल न्यायची विनंती केली. भाविकांनी 'आमच्या जवळ द्रव्य नाही. मग तुम्हाला काय द्यायचे' असे विचारताच 'ते मी मागाहून सांगेन' असे पंढरीराय म्हणाले. लोकांनी खाण्यापिण्याचे सामान, शिजवण्यासाठी भांडीकुंडी नेली. हा सर्व खटाटोप ज्ञानदेवांनी पांडुरंगांना विनंती करून घडवून आणला.

ज्ञानेश्वरांनी चमत्कार केला -

आलेल्या वाणी दुकानदाराने म्हटले, "तुमचा मुक्काम इथे असेपर्यंत लागणाऱ्या जीवनोपयोगी वस्तू आणि भांडी माझ्याकडून घेऊन जावीत. देण्याघेण्याचे मागाहून, जेव्हा तुमचा मुख्य येईल तेव्हा पाहू.' वाण्याने असे अचानक सांगितल्याने भविक मंडळी व्यवहाराला लागली, खूश झाली. चौथ्या दिवशी नाथ स्नान-भोजन आटोपून परिवारासह समाधीस्थानापर्यंत गेले. अजानवृक्षाची मुळी काढली. भाविकांनी कुदळ-खोरे वापरून समाधीभोवतालचे स्थान स्वच्छ केले. माउलींना डोळा देखिले, जयजयकार केला, प्रार्थना केली, साष्टांग दंडवत घातले. सर्व लोक आनंदाने नाचले. जे स्थान आजवर अप्रसिद्ध होते, ते या सर्व भाविकांनी बहुजनांना मोकळे केले, लोकसाक्षी केले.

वाण्याचे सामान-भांडी वापरल्यावर पैसे देण्यासाठी भाविक गेले, तर वाणी दुकानदार निघून गेला होता. लोकांनी भांडी समाधीस्थानाजवळ ठेवली आणि ते परत निघाले.

तेव्हा नाथ म्हणाले -

सात दिवस इंद्रायणीकाठी मुक्काम करून इच्छित दोन कामे करून नाथ पैठणला परतले. पैठणकरांनी या अद्भुत कार्याबद्दल एकनाथांचा सत्कार केला. गौरव केला आणि त्यानंतर येताना अजानवृक्ष प्रसाद म्हणून पैठणला आणला.

यावरी श्रीनाथ आपण। ज्ञानेश्वरी ग्रंथ शोधून।

तेची आरंभले पुराण। श्रोता सावधान उद्धव।।७३।।

द्वारकेची केशव मूर्ती। श्रवणी सादर अहोरात्री।

प्रश्नपूर्वक यथारिती। कौतुके भोगिती आनंदा।।७४।।

या ज्ञानेश्वरी पुराणाला श्रवण करण्यासाठी आळंदी प्रांतीचा (चाकणचा) सरकारी अधिकारी उपस्थित होता.

आळंदी प्रांतीचा अधिकारी। या चरित्राची ऐकूनी थोरी।

वस्ती वसऊनी अलंकापुरी। ग्रामस्थ अधिकारी स्थापिला।। ७५।।

यात्रेसि प्रारंभ येथुन। उत्तरोतरी विशेष जाण।

प्रकट आवतार विंदान। जनालागुन उद्धार।।७६।।

केशव बुवा या सोळाव्या अध्यायाच्या शेवटी म्हणतात, ''नाथांच्या शोधयात्रेने आळंदीनिवासी ज्ञानदेवांच्या समाधीचे दर्शन आणि ज्ञानेश्वरीचे शुद्ध प्रसारण घडले गेले.

श्रीनाथ शोध परिपाटी। ज्ञानेश्वरी प्रगट श्रृष्टि।

तेथील वक्तृत्वाची पुष्टी। आहोच दृष्टी न कळे पै।।७७।।

प्रस्तुत नाथचरित्राचा सोळावा अध्याय संत एकनाथांच्या समाधी दर्शन आणि ज्ञानेश्वरी प्रतीचे समालोचन सविस्तर वर्णन करतो. त्याचा आणि पारंपरिक लेखक या संबंधीची माहिती अभ्यासकांना उपयुक्त ठरेल. या अध्यायाची सुरुवात आणि शेवट थोडक्यात देत आहे.

सुरुवात :

श्री गणेशाय नमः।

रम्य चरित्रनाथ स्थिती। लिला विग्रहपूर्ण मूर्ती।

नमन करूनी चरणाप्रति। गावया मती उल्हासे।।१।।

ब्राह्मणाचा आग्रवाद। लिला विनोदे खुंटला शब्द।

श्रीनाथ प्रताप अगाध। भाव अविरुंध। निज स्थिती।।२।।

शेवट :
इति श्री एकनाथ चरित्रे।
नाथ ज्ञानेश्वर यात्रा परिपूर्ण। नाम षोडशोध्याय परिपूर्ण।

नाथांच्या आळंदी यात्रेची तयारी उद्धवाने केली म्हटले आहे.
जावयाची सिद्धता। उद्धवे केली तत्त्वता।
पाहुनिया सुमुहूर्ता। विनंती श्रीनाथा पै केली।।४।।

यातील उद्धव कोण याचा पत्ता लागत नाही. एकनाथांनी समाधी मंदिरात प्रवेश केल्याचे लोकांना कुतूहल होते. अलीकडे पुण्यातील व नागपूरमधील संशोधकांनी समाधीस्थानाला छिद्र पाडून लहानसा कॅमेरा आत सोडून काय स्थिती आहे ते पाहावे असा विचार मांडला. पण हा विचार लोकांना कळल्यावर प्रचंड विरोध सर्व स्तरांतून झाला. केशवाच्या सोळाव्या अध्यायातून प्रश्न पडतो की ज्ञानेश्वरकालीन आळंदी क्षेत्र अरण्य होते की काय?

★ ★ ★

८

नाथ संप्रदाय - वारकरी संप्रदाय
(शैव-वैष्णव संगम) पालखी सोहळा

क्षेत्र आळंदी ज्ञानदेवांच्या संजीवन समाधीमुळे खूप प्रसिद्धीला आले. वैष्णव- अद्वैत तत्त्ववाद्यांचे ते एक शक्तिपीठ झाले. वारकरी संप्रदायामध्ये पंढरपूरनंतर आळंदीची क्षेत्र म्हणून लोकप्रियता जाणवते. तत्पूर्वीचा इतिहास थोडा वेगळा आहे.

शिव-पार्वती विहार करीत असताना इंद्राला राहवले नाही. पार्वतीविषयी अभिलाषा निर्माण झाली. पार्वतीने त्याला 'नदी होशील' असा शाप दिला. तीच ही इंद्रायणी नदी अशी कथा माहात्म्यात आहे. कुबेर शिवभक्त. शिव आळंदीला आल्यावर कुबेरही आश्रयार्थ आळंदीला आले. त्यांनी शिवलिंग स्थापन केले. कुबेराच्या नावानेही तीर्थ निर्माण झाले. इंद्रायणी-कुबेर गंगा यांचा संगम सिद्धबेटाजवळ आहे. प्रत्यक्ष शिव नंदीकेश्वरांना आळंदी माहात्म्य सांगतात.

आळंदी क्षेत्राच्या आसपास भीमाशंकरसहित अठरा शिवस्थाने प्रसिद्ध आहेत. त्या-त्या ठिकाणचा इतिहास प्रसिद्ध आहे. पुराणात कश्यप पती-पत्नीच्या पोटी विष्णू जन्म घेणार, तेच कश्यप पती-पत्नी विठ्ठल रखुमाई रूपाने आळंदीत एकत्र आले. 'ज्ञानदेव' विष्णूरूप मानले गेले. चारही भावंडांच्या जन्माची कथा ब्रह्मदेवांनी नारदास सांगितली होती, असा संदर्भही आढळून येतो. म्हणजेच या भावंडाच्या जन्माआधी आळंदी क्षेत्र शिव-शक्ती पीठ होते. नंतरच्या काळात निवृत्तिनाथांनी नाथ संप्रदायाची दीक्षा घेतली आणि आपल्या भावंडांना दीक्षा दिली. त्यामुळे आळंदी शैव क्षेत्र झाले. सिद्धेश्वरांचे मंदिर त्याचे केंद्र बनले.

माघ वद्य प्रतिपदा शके ११९० या दिवशी आपेगावी येथे जन्म झाला. व्रतबंधाचे वय झाल्यावर आळंदीतील ब्राह्मण मंडळींनी त्यांवर बहिष्कार टाकून संन्याशाची मुले म्हणून मौंजीस विरोध केला. पैठण क्षेत्रातून शुद्धिपत्रासाठी विठ्ठलपंत पैठणला निघाले. वाटेत त्र्यंबकेश्वरी नाथगुरू गहिनीनाथांच्या हवाली

१०३

केले. (विठ्ठलपंतांनी पत्नीसह देहान्त प्रायश्चित्त घेतल्यावर चार भावंडे त्र्यंबकेश्वरी आली असे काही ठिकाणी म्हटले आहे.) महिनाभरात गहिनीनाथांनी कुंडलिनी जागृत करून निवृत्तींना 'नाथ' केले. आपल्या भावंडांत परतल्यावर त्यांनाही दीक्षा दिली. आळंदीत पुन्हा शैववाद प्रकटला आणि सिद्धबेटावरच्या स्थानी चारही भावंडे वास्तव्य करू लागली. पंढरपूर क्षेत्री भीमातीरीच्या श्रीविठ्ठलभेटीची आस लागली. संत नामदेवांच्या प्रेमामुळे ही भावंडे पंढरपुरी आली. संतमेळाव्यात मानाचे स्थान मिळाले. वैष्णवभक्तीचा शिक्का चारही भावंडांवर बसला आणि क्षेत्र आळंदी 'शैव-वैष्णव' संगम स्थान बनले. योगी ज्ञानदेवांनी संत नामदेवांबरोबर तीर्थयात्रा करून भक्तिप्रणालीचा प्रचार केला आणि संप्रदायाच्या इतिहासात वैष्णव संप्रदायाचे - वारकरी पंथाच्या महान मंदिराचे ज्ञानदेव पायाभूत ठरले, नाथपंथी असूनही! वयाच्या पंधराव्या वर्षी ज्ञानेश्वरीसारखा महान ग्रंथ रचला. त्यानंतर आळंदीस परतले.

निवृत्तिनाथांच्या मागील तीन पिढ्यांचा गहिनीनाथांशी संबंध होता. गहिनीनाथांनी निवृत्तींना नाथपंथाची दीक्षा देऊन तांत्रिक कुंडलिनी योगाची साधना करण्याचे धडे दिले. असेही एकमत आहे की, गहिनीनाथांनी कृष्णोपासना आणि भक्तिसाधनाही निवृत्तींना शिकवली. निवृत्तिनाथ गहिनीनाथांच्या सहवासात शके ११९६ ते १२०० अशी चार वर्षे होते. निवृत्तीची गुरुपरंपरा आदिनाथ - मत्स्येंद्र - गोरक्ष - गहिनी - निवृत्ती अशी होती. गुरूंच्या सहवासात त्यांनी नाथ संप्रदायाच्या अद्वयानंद वैभवाचे ज्ञान समजावून घेतले. हठयोगाप्रमाणेच राजयोगाची साधना केली आणि नंतर तांत्रिक कुंडली उत्थापनाची प्रक्रिया समजावून घेतली. नाथ संप्रदायाची विद्या देताना कृष्ण हाच पंढरीचा विठ्ठल आहे. हे परमरहस्यही सांगितले.

निवृत्तिनाथ म्हणतात -
जनासि तारक विठ्ठलचि एक। केलासे विवेक सनकादिकी।।
रूप ते वोळले पंढरीस देखा। द्वैताची पै शाखा तोडियली।।
उगवले बिंब अद्वैत स्वयंभ। नाम सुलभ विठ्ठल राज।।
निवृत्तिचे गुज विठ्ठल सहज। गयनी राजे मत सांगितले।।

आपेगावी जाताना 'विठ्ठल नामभक्ती' आणि 'नाथ संकेतीचा दंशू' घेऊन शके १२०१मध्ये मार्गशीर्ष महिन्यात आपले पूर्वज त्र्यंबकपंत यांच्या समाधीजवळ भावंडांना नाथपंथाची दीक्षा, अनुग्रह, कुंडलिनी योगसाधना करण्यास मार्गदर्शन केले. याच परंपरेतील गुप्तनाथाच्या अभंगात ही तिथी मार्गशीर्ष शुद्ध पौर्णिमा हेच म्हटले

आहे. नंतर सिद्धावस्था प्राप्त होईपर्यंत ही मुले आईवडिलांजवळ होती. त्यानंतर त्यांच्या सांभाळाचे कार्य निवृत्तीवर सोपवून शके १२०८मध्ये विठ्ठलपंत आणि रुक्मिणीदेवी कायमचा निरोप घेऊन देहान्त प्रायश्चित्तास निघून गेले.

कृष्णभक्तीचा मंत्र निवृत्तींनी ज्ञानदेवांना दिला आणि कृष्ण म्हणजे विठ्ठल, त्यामुळेच विठ्ठलभक्तीचा वैष्णव संप्रदाय, अद्वैती विचार आणि वारकरी पंथाचे मूळ ज्ञानदेवांत अधिक निर्माण झाले. संत नामदेव श्रीविठ्ठलाच्या निकटचे भक्त. पण त्यांनी होऊन यात्रा करण्याचे विठ्ठलांनी सुचवले, त्यामुळे नामदेवरायांची भक्ती आणि ज्ञानदेवांची योगसाधना एकत्र आली. विविध चमत्कार करत यात्रा पूर्ण झाली. विठ्ठलाची आज्ञा परिपूर्ण केल्यावर मग ज्ञानदेवांना जीवनाचे कार्य संपल्याचे दाखवून समाधीची आज्ञा मागितली. सर्व संतांच्या साक्षीने, विठ्ठलाच्या, गुरू निवृत्तीच्या हस्ते संजीवन समाधी वयाच्या एकविसाव्या वर्षी स्वीकारली. हे सर्व अद्भुत आहे. संजीवन समाधी घेण्यामधून नाथपंथी ज्ञानदेव लक्षात येतात. तर संतांच्या उपस्थितीत श्रीविठ्ठल हस्ते समाधी स्वीकारणे म्हणजे भक्ती संप्रदायाचा सर्वोच्च गुरू म्हणून मोठेपणा जाणवतो.

पालखी सोहळा

इ.स. १८८२मध्ये पुण्यात ज्ञानोबा-तुकोबांच्या पालख्या येऊन गेल्यावर न्यायमूर्ती म. गो. रानडे यांनी बुधवारातील प्रार्थना समाजामध्ये या सोहळ्यावर व्याख्यान दिले. त्यातील दोन महत्त्वाचे उल्लेख म्हणजे 'पालखीची व्याख्या' आणि तत्कालीन महत्त्वाच्या दिंड्यांचे उल्लेख. ही एका विचारवंताची मीमांसा होती. 'वारकरी संप्रदाय आपले साधुसंत विचारधनाने हयात आहेत. त्यांच्या गावी जाऊन, पूजाअर्चा करून त्यांची प्रतिमा घेऊन, पंढरीतील त्यांचे प्रिय दैवत असलेल्या विठ्ठलाच्या दर्शनाला निघतात. त्यामुळे धर्मभेद, जातिभेद, गरीब-श्रीमंत, स्त्री-पुरुष असे सगळे भेद विसरून सर्व एकत्र येतात. त्यामुळे 'तापी ते तुंगभद्रा' ही वारकरी मंडळी आपापल्या साधुमंडळींच्या दिंड्या घेऊन, प्रतिमेच्या पालख्या घेऊन पंढरीक्षेत्री जातात. तेथे काही उपासनांचा, विधींचा कर्मठपणा नाही.

वारकरी पंढरीला आले की, चंद्रभागास्नान, नगर प्रदक्षिणा, दशमी रात्री, हरिकीर्तन जागर, एकादशीला उपवास, विठ्ठलाचे मिळाल्यास पदस्पर्श दर्शन, नाही तर मंदिराच्या कळसाचे दर्शन घेऊन द्वादशीला गावाकडे परतायचे. हे सर्व पायी प्रवासाने करायचे. वयाची मर्यादा नाही. वारी म्हणजे विठ्ठलदर्शनाचा भक्तमेळावा. तोही आषाढी-कार्तिकी माघी-चैत्री एकादशीलाच भरतो. ज्ञानदेवांचे पूर्वज पंढरी-वारी

करीत होते असा उल्लेख सापडतो. संत ज्ञानदेवांच्या समाधीनंतर, संत तुकारामांच्या वैकुंठ गमनानंतर त्यांच्या भक्तांनी पादुका डोक्यावर घेऊन वारी सुरू केली. नंतर संत तुकारामांची पालखी निघू लागली. जसा नामदेवरायांना विठ्ठल-पायरीचा मान लाभला, तसा हैबत बाबांना ज्ञानदेवांच्या मंदिराच्या पायरीचा मान मिळाला. इ.स. १६८५पासून तुकोबांचा पालखीचा सोहळा नारायण महाराजांनी सुरू केला. पुढे या दोन्ही पालख्या एकत्र जाऊ लागल्या. पुण्यापर्यंत एकाच मार्गने, नंतर भिन्न रस्त्याने जाऊ लागल्या. १८३६मध्ये हैबतरावांचे निधन झाले. नंतर शिंदे सरकारच्या सांगण्यावरून बेळगावचे सरदार शितोळे यांनी दोन अश्व, तंबू, वाखरी-पंढरपूर रथ, असे मोठे स्वरूप दिले. वारी ज्येष्ठ वद्य अष्टमीला सुरू होते. शितोळे सरकारचे अश्व वारीआधी माउलींच्या दर्शनासाठी समाधीपर्यंत येतात. प्रस्थानानंतर एक दिवस माउली गांधी वाड्यात राहतात. नंतर निघून पुणे-सासवड-फलटण मार्गे वाखरीस पालखी येते.

आषाढ शुद्ध नवमीला सर्व संतांच्या पालख्यांचा मेळावा वाखरीत येतो. सोहळ्यात पहाटे साडेतीन ते साडेपाच पूजा, पंचखाद्याचा नैवेद्य, बारा वाजता संस्थानातर्फे पंचपक्वान्नांचा नैवेद्य, दुपारी अडीचनंतर पुढील वाटचाल सुरू होते. सायंकाळी सात वाजता मुक्कामावर समाज आरती होते. दिंड्यांच्या तक्रारी-अडचणींची सोडवणूक होते. सायंकाळी माउलींना फक्त 'शेंगदाणे-दूध' नैवेद्य म्हणून दाखवतात. रात्री प्रत्येक तळावर पालख्या-दिंड्या कीर्तन भजनाने हरिजागर करतात. दशमीला संत नामदेवांची पालखी पंढरपुरातून वाखरीला या संतांच्या स्वागतास येतात. रात्री १० वाजता माउली पंढरपुरात पोहोचते. (अधिक माहितीसाठी पाहा : *ईश्वरनिष्ठांच्या पाऊलखुणा*) त्या वेळी पंढरपुरातील ज्ञानेश्वर मंडपात 'माउली माउली' असा प्रचंड नामघोष चालतो आणि तोही हजारोंच्या मुखांतून.

माउलींच्या पालखी सोहळ्यात रथापुढे सत्तावीस दिंड्या आणि रथामागे सुमारे सव्वाशे दिंड्या असतात. यातील प्रत्येक वारकरी सांप्रदायिक नियम पाळतात. अखाद्य-अपेय पूर्णपणे वर्ज्य. भाविकतेचे सर्व नियम आनंदाने स्वीकारतात. घरी अनेक वाहने असूनही परंपरेसाठी तरुणसुद्धा पायी यात्रा करतात. महिला चालताना डोक्यावर तुळशी वृंदावन घेतात. मुक्कामात एकत्रित स्वयंपाक करतात. पुरुष वाढण्याचे, पाणी भरण्याचे काम करतात. प्रत्येक दिंडीस गरजेच्या सामानासाठी एक ट्रक असतो. झेंडेकरी, टाळकरी, मृदंगवादक, वीणावादक आणि दिंडीप्रमुख अशी रचना असते. कालानुरूप आता यामध्ये खूप बदल झाले आहेत.

अलीकडे पंढरपुरात ज्ञानेश्वर मंडपात सुधारणा झाल्या आहेत. पूर्वी केवळ दुमजली मंडप होता. आता तेथे विठ्ठल-रुक्मिणी मूर्ती आणि ज्ञानेश्वर पादुका

स्थापन करून ज्ञानेश्वर मंदिर स्वरूपात उभे केले आहे. समोरच विश्वस्तांसाठी आणि पाहुण्यांसाठी आठ-दहा खोल्यांचे अतिथीगृह बांधले आहे. काही विश्वस्तांनी माउलींच्या पादुकांना तीर्थस्नान आणि विठ्ठलदर्शन घडवण्याची प्रथा सुरू केली आहे. एकादशी ते पौर्णिमा मुक्काम करून, पौर्णिमेला गोपाळकाला करून पालखी माघारी फिरते आणि आषाढ वद्य एकादशीस आळंदीत परत येते.

संत तुकारामांची पालखी एक दिवस आधी निघते. पुण्याहून लोणी-यवत-केडगाव-भिगवण-इंदापूर-अकलूज मार्गे नवमीला वाखरीला पोहोचते. तर ज्ञानेश्वर माउलींची पालखी आळंदी-पुणे-सासवड-जेजुरी-वाल्हे-लोणंद-तरडगाव-फलटण-बरड-नातेपुते-माळशिरस मार्गे वाखरला पोहोचते. काही ठिकाणी परंपरागत अश्वांचे रिंगण चालते. धावांच्या रचना म्हणून दिंड्या क्षेत्र पंढरपुराकडे दर्शनाच्या ओढीने पळतसुद्धा जातात. पंढरपुरी जाण्याचा प्रवास अठरा दिवसांचा तर परतीचा दहा दिवसांचा असतो. ज्या-ज्या ठिकाणी दिंड्या मुक्काम करतात, त्या-त्या ठिकाणची व्यवस्था गावकरी आनंदाने, कर्तव्य म्हणून करतात. पालखी सोहळा फक्त आषाढीलाच असतो. कार्तिकी-माघी-चैत्री एकादशीला यात्राच फक्त भरते.

पालखी सोहळा हा अनुभवाचा विषय आहे. इ.स. १९८० ते २००० या वीस वर्षांच्या देवस्थानच्या विश्वस्तांच्या कृपेने मी तो सोहळा अनुभवला! धन्य झालो.

★ ★ ★

९

ज्ञानदेवांच्या रचनांचे
विदेशी अभ्यासक

पाश्चात्त्य अभ्यासकांनी मराठी संतांच्या रचनांचा चिकित्सक पद्धतीने अभ्यास केलेला आहे. त्यांचे काही निष्कर्ष आम्हाला पटणार नाहीत; पण त्यांची या अभ्यासामागची तपश्चर्या, चिकाटी, गोडी आणि परिश्रम यांचे कौतुक करायला हवे. त्यांच्यातील काहींची ही उदाहरणे मार्गदर्शक ठरतील.

पाश्चात्त्यांच्या संशोधन पद्धतीतील काही गोष्टी नोंदवाव्या लागतील.

१. वस्तुनिष्ठ दृष्टिकोन

२. शास्त्रीय पद्धती

३. फिल्डवर्कची जोड

४. प्रत्यक्ष संपर्कातून समस्या सोडवणे

५. उपलब्ध सामग्रीचा साकल्याने वापर

६. निर्भीड मतप्रदर्शन

७. आग्रही भूमिका नाही. आक्षेप पटल्यास माघार

१०. तज्ज्ञांच्या मुलाखतीतून परामर्श

११. विषय ध्वनी, छाया, लेखन या विविध माध्यमांतून मांडणे

१२. वरचेवर भर घालून अद्ययावत करणे.

पाश्चात्त्य देशांमध्ये मराठी संतांच्या रचनांचा अभ्यास दिवसेंदिवस वाढतो आहे. पंढरपूरचा विठ्ठल, पालखी सोहळा, वारकरी संप्रदाय, नद्यांची माहात्म्ये पंढरपूर - विठ्ठल माहात्म्ये, मराठी संतांची सामाजिक कामगिरी, भागवत धर्माचा महाराष्ट्रावरील परिणाम अशा विविध अंगांनी हा अभ्यास फुलून येत आहे. दीर्घ किंवा अल्पकालीन संशोधनात्मक प्रकल्प, पीएच.डी., एम.फील.चे विषय म्हणून हे अभ्यास होत आहेत. या विषयांना पूरक असे शोधनिबंध विविध परिषदांतून सादर

केले जात आहेत. त्यात प्रामुख्याने 'भक्ती परिषद' (इंटरनॅशनल कॉन्फरन्स ऑन डिव्होशनल लिटरेचर) आणि 'महाराष्ट्र कल्चर अँड सोसायटी कॉन्फरन्स' या दोन परिषदांचा उल्लेख करता येईल. आंतरराष्ट्रीय स्तरावरील या दोन्ही परिषदा संत साहित्याच्या अभ्यासकांनी आणि मराठीप्रेमी पाश्चात्त्य संशोधकांनी सुरू केल्या आहेत. यांमधून प्रामुख्याने संत ज्ञानेश्वरविषयक संदर्भ पाहावयाचे आहेत.

भक्ती परिषदेचे पहिले अधिवेशन बेल्जियममधील लुवे येथे १९७९मध्ये भरले होते. यामध्ये पुढाकार होता, संत नामदेवांचे अभ्यासक प्रा. विनान्द कॅलेवर्ट यांचा. १९८२मध्ये दुसरे अधिवेशन जर्मनीच्या बॉन विद्यापीठात भरले होते. तीस देशांचे अभ्यासक त्यात सहभागी झाले होते. अध्यक्षा होत्या ज्ञानदेवांच्या अभ्यासिका आणि हरिपाठाच्या फ्रेंच अनुवादक प्रा. शार्लोत वोदविले. १९८५मध्ये तिसरी परिषद केंब्रिजला भरली होती. १९८८मध्ये चौथी परिषद, तर पाचवी परिषद फ्रान्सच्या राजधानीत पॅरिसला जुलै, १९९१मध्ये भरली होती. चाळीस देशांचे अभ्यासक त्यात सहभागी झाले होते. प्रा. मॅलिसन यांनी ही परिषद भरवली होती. त्यानंतर १९९४मध्ये सहावी परिषद प्रा. गुंथर सोन्थायमर यांच्या पुढाकाराने पश्चिम जर्मनीत हायडेलबर्ग येथे भरणार होती. पण त्यांच्या निधनाने ही परिषद होऊ शकली नाही. या सर्व परिषदांची इतिवृत्ते प्रकाशित झाली आहेत. यामधून मराठी संतांवर, विशेषतः संत ज्ञानदेवांवर शोधनिबंध वाचले गेले आहेत.

महाराष्ट्र कल्चर अँड सोसायटी परिषदेचे पहिले अधिवेशन कॅनडाच्या टोरॉन्टो विद्यापीठात १९८४मध्ये भरले होते. दुसरे अधिवेशन पुणे विद्यापीठात इतिहास विभागाच्या पुढाकाराने १९८७मध्ये भरले होते. तिसरे प्रा. सोन्थायमर यांच्या आयोजनाखाली हायडेलबर्ग विद्यापीठामार्फत १९८८मध्ये भरले होते. चौथे अमेरिकेच्या ऑरिझोना विद्यापीठामार्फत प्रा. ऑन फेल्डहाउस यांच्या मार्गदर्शनाखाली भरले होते. महिला विद्यापीठ, मुंबई यांच्या आमंत्रणावरून पाचवे अधिवेशन मुंबईला १९९२मध्ये भरविले होते. प्रा. इरिना ग्लुश्कोव्हा, सेंटर फॉर इंडियन स्टडीज, इन्स्टिट्यूट ऑफ ओरिएन्टॉलॉजी, मॉस्को (रशिया) यांच्या पुढाकाराने सहावे अधिवेशन मॉस्को येथे १९९४मध्ये भरले होते. सातवे अधिवेशन १९९७मध्ये टिळक महाराष्ट्र विद्यापीठाच्या आमंत्रणावरून पुण्यात भरले होते आणि आठवे प्रा. मॅसेलस् यांच्या निमंत्रणावरून ऑस्ट्रेलियाच्या सिडनी शहरात १९९९मध्ये भरले होते. नववे अमेरिकेच्या मिनिऑपोलिस या ठिकाणी, तर दहावे पुन्हा पुण्यात पुणे विद्यापीठातर्फे भरले. अकरावे टोक्यो, जपानमध्ये भरले गेले. या प्रत्येक परिषदेचा विषय जरी महाराष्ट्र होता, तरी शोधनिबंधासाठी 'थीम' बदलती

होती. याही परिषदांची प्रतिवृत्ते छापली गेली आहेत. त्यामध्ये संत ज्ञानेश्वरांचे विषयी विविध निबंध पाहावयास मिळतील.

गेल्या पाऊणशे वर्षांत अनेक विदेशी संशोधकांनी ज्ञानदेवांचा चिकित्सक अभ्यास प्रयत्नपूर्वक करून काही निष्कर्ष काढले आहेत. त्यांच्या प्रयत्नांचा आणि परामर्षाचा संक्षिप्त आढावा असा मांडता येईल.

१. जस्टीन ई ॲबॅट

हा ख्रिश्चन मिशनरी होता (जन्म १८५३). न्यू हॅम्पशायरचा. वयाच्या चौथ्या वर्षी आईवडिलांबरोबर महाराष्ट्रात आला. कालांतराने मायदेशी परतला. १८८१मध्ये एम.ए.डी.डी. होऊन पुन्हा महाराष्ट्रात परतला. १८८५ ते १९१० या काळात अहमदनगरला 'ज्ञानोदय' मासिकाचा संपादक होता. ख्रिस्त आणि मराठी संत यांच्या आदर्शवादात त्याच्या धर्मयुक्त अहंकारी मनाला अनेक धक्के बसले. १९१०मध्ये अमेरिकेच्या न्यू जर्सी येथे स्थायिक होऊन मराठी संतांच्या रचनांचा अभ्यास त्याने सुरू केला. १९२०-२१मध्ये कुटुंबीयांबरोबर पुन्हा महाराष्ट्रात येऊन त्याने महिपतीबुवा ताहराबादकरांच्या भक्तचरित्रांचा इंग्रजीत अनुवाद केला. एकूण अकरा ग्रंथ हे त्याच्या हयातीत आणि उर्वरित त्याच्या मृत्यूनंतर १९३२मध्ये प्रसिद्ध झाले. यामध्ये भानुदास, एकनाथ, दासोपंत, बहिणाबाई, तुकाराम, रामदास या संतांचा समावेश आहे. अगदी सुरुवातीला ॲबॅटने 'प्रेअर्स ऑफ ज्ञानदेव' या नावाने प्रसिद्ध केलेल्या ग्रंथात ज्ञानेश्वरीच्या बाराव्या अध्यायाच्या १ ते १६ ओव्या इंग्रजी करून, स्तोत्रमाला सिरीजमध्ये पुण्यात प्रसिद्ध केल्या. शेवटचे अठरा महिने मृत्यूशय्येवर पडून असताना 'भक्तिविजय'चे भाषांतर डिक्टाफोनवरून पडल्या पडल्या सांगितले.

१९ जून, १९३२ला ते निवर्तले. पण अंतविधी हिंदूंप्रमाणे दहन करवून रक्षा महाराष्ट्रातील उद्यानांत टाकावयास सांगितली. पुण्यातील भारत इतिहास संशोधक मंडळ आणि अन्य संस्थांना मृत्यूनंतर त्यांच्या मृत्यूपत्रान्वये काही डॉलर्स दान स्वरूपात मिळाले.

२. मिचेल मरे

हा ख्रिश्चन धर्मोपदेशक होता. एकोणिसाव्या शतकाच्या मध्यावर महाराष्ट्रात आला. त्याने मराठी संतांवर एकूण दहा पुस्तके लिहिली. १८५५मध्ये त्याने तीस पानी 'आळंदीची यात्रा' या नावाची पुस्तिका लिहिली. ख्रिश्चनांच्या दृष्टीने आळंदीची यात्रा करून परमेश्वराची उपासना करणारे हिंदू चुकीच्या मार्गाने जात आहेत, असे त्याने म्हटले आहे. या पुस्तकातील 'साहेब-कुणबी' यांच्यातील संवाद प्रसिद्ध आहे.

मरेने १८९९च्या आंतरराष्ट्रीय प्राच्यविद्या परिषदेच्या अधिवेशनात 'ज्ञानेश्वर चीफ मराठी पोएट्स' असा शोधनिबंध वाचला होता. पुढे तो प्रतिवृत्तात छापला गेला आहे. मरेने या निबंधात ज्ञानदेवांचे सर्वमान्य जीवन वर्णिले आहे. यानेच 'पंढरपूरचा विठोबा' आणि 'तुकारामाची गोष्ट' हे दोन ग्रंथ लिहिले आहेत.

३. मॅडम एच. एम. लॅम्बर्ट

लंडनच्या स्कूल ऑफ ओरिएंटल अँड आफ्रिकन स्टडीज या संशोधन संस्थेच्या त्या मराठीच्या प्राध्यापिका होत्या. व्ही.जी. प्रधान यांच्या साहाय्याने त्यांनी युनेस्को प्रकाशनासाठी ज्ञानेश्वरीचे दोन खंडांतून इंग्रजी भाषांतर प्रसिद्ध केले. (इ.स. १९६७ आणि १९६९)

४. के. के. जोशी

जर्मनीच्या लाईपझिग विद्यापीठात १९१४मध्ये कृष्णाजी केशव जोशी या मराठी संशोधकाने ज्ञानेश्वरांच्या रचनांवर पीएच.डी. संशोधन केले. शीर्षक होते 'डिक्लरेशन ऑफ ज्ञानेश्वर'.

५. लिओनार्ड जॉन सेज्विक

१९१४मध्ये या पाश्चात्त्य लेखकाने 'भक्ती' नावाचा एक प्रदीर्घ लेख लिहिला आहे. त्यामध्ये त्याने मराठी संतांच्या रचनांची ओळख करून दिली आहे. संत ज्ञानेश्वरांच्या रचनेचा त्यात समावेश केला आहे. तो म्हणतो, 'मराठी संतांच्या उक्ती इतक्या उत्तम प्रतीच्या आहेत की, त्यांचा समावेश जगातील सर्वश्रेष्ठ काव्यात केला जावा.'

६. डब्ल्यू डॉडरेट

याने ज्ञानेश्वरीच्या व्याकरणावर चिकित्सात्मक दोन लेख लिहिले आहेत. ते लंडनच्या स्कूल ऑफ ओरिएंटल स्टडीजच्या बुलेटीनमध्ये १९१७ आणि १९२६मध्ये प्रसिद्ध झाले आहेत. ज्ञानेश्वरीची अधिकृत संहिता म्हणून या कामासाठी माडगावकरांची प्रत त्याने वापरली आहे. विशेषतः ज्ञानदेवांच्या जन्मकालाचा विचार त्याने यात केला आहे. तेराव्या शतकाच्या मध्याला त्यांचा जन्म ग्राह्य मानावा असे त्याचे मत आहे. डॉडरेटचा प्राचीन मराठी भाषेचा अभ्यास अधिकृत मानला जाई.

७. रेव्हरंड जे. एफ. एडवर्ड्स

ज्ञानेश्वर द आउटकास्ट ब्राह्मिन हे त्यांचे महत्त्वाचे पुस्तक १९४१मध्ये पुण्यातून प्रसिद्ध झाले. ज्ञानेश्वरी वाचून जे काही मिळाले नाही, ते बायबलच्या नव्या कराराच्या वाचनातून लाभेल काय? असा स्वतःशीच प्रश्न करून उत्तर देताना

एडवर्ड्स म्हणतो, 'ज्ञानेश्वरीच्या वाचनाने अथवा श्रवणाने मला तात्कालिक शांती समाधान मिळाले; पण बायबलातील ख्रिस्त वाचनाप्रमाणे अक्षय्य सामर्थ्य आणि दीर्घ मनःशांती काही मिळाली नाही.' संत तुकारामांवर त्याने तीनचार ग्रंथ लिहिले आहेत. 'महाराष्ट्राला आध्यात्मिक जीवनाची भूक अथवा हिंदुस्थानाला आध्यात्मिक सामर्थ्याची गरज' या १९४७मध्ये लिहिलेल्या साडेतीनशे पृष्ठांच्या ग्रंथात संतचरित्रे वर्णन करताना ज्ञानेश्वरांच्या जीवनाचा सर्वसाधारण आढावा त्याने घेतला आहे.

८. डॉ. निकोल मॅकॅनिकल

१९२९मध्ये निकोलने *साँग्ज ऑफ मराठा सेंट्स* या नावाचा ग्रंथ प्रसिद्ध केला. मॅकॅनिकलचा संत ज्ञानेश्वर आणि ज्ञानेश्वरी यांचा एवढा व्यासंग होता की, त्याला 'पुण्यनगरीचे मुनी' म्हणत असत, असे एडवर्ड्सने लिहून ठेवले आहे. रेव्हरंड ऑबॅट यांना संतांची चरित्रे लिहिण्यास निकोलची खूप मदत झाली. निकोलच्या पुस्तकाच्या मुखपृष्ठावर १०८ तुळशी मण्यांच्या माळेचे चित्र काढले आहे. पुस्तकात मराठी संतांच्या १०८ अभंगांचा अनुवाद त्याने इंग्रजीतून दिला आहे. त्यामध्ये ७६ अभंग तुकारामांचे, तर ३२ अभंग इतर संतांचे आहेत. १०८पैकी तुळसी माळेच्या चित्राखाली त्याने 'द रोजी ऑफ तुलसी बीड्स' असे शीर्षक दिले आहे. हिबर्ट जर्नलमध्ये १९१७-१८मध्ये त्याने 'इंडियन पोएट्री ऑफ डिव्होशन' असे लेख लिहून, ज्ञानेश्वरादी संतांच्या अभंगांचा परिचय करून दिला आहे.

९. प्रा. झूल ब्लोक

हा विख्यात भाषा शास्त्रज्ञ आणि प्राचीन मराठीचा एक साक्षेपी अभ्यासक. मराठी संतांच्या रचनांचा अभ्यास करताना तो म्हणतो, 'ज्ञानेश्वरादी संतांच्या अभंगांचे अधिकृत हस्तलिखित मिळत नसल्याने, त्यांच्या प्रमाणभूत रचनांचा भाषा शास्त्रीय अभ्यास करणे अवघड जाते.'

१०. फादर जी. ए. डलरी

मूळचे फ्रेंच संशोधक. बरीच वर्षे पुण्यात वास्तव्य होते आणि स्नेहसदन या संस्थेत काम करीत होते. १९६०मध्ये डेक्कन कॉलेजातून *द कल्ट ऑफ विठोबा* असा वेगळा ग्रंथ प्रसिद्ध केला. डॉ. ह. धी. सांकलिया यांच्या मार्गदर्शनाखाली पीएच.डी. साठी हे काम त्यांनी केले. एखादा धार्मिक ग्रंथावर काम करण्याचा मुळातला हेतू, पण भागवत संप्रदायाची आठशे वर्षांची परंपरा पाहून हाच विषय त्यांनी निवडला. पाचसहा वर्षे खपून शास्त्रीय पद्धतीने या विषयाची मांडणी केली. पण या ग्रंथात ज्ञानदेवांचे विषयी काही अज्ञानमूलक विधाने असल्याच्या एतदेशीय पंडितांचा

आरोप आहे. उदाहरणार्थ, संत ज्ञानेश्वरांचे मौंजीबंधन झाले की नाही, याबद्दल शंका या ग्रंथात व्यक्त केली आहे. परंपरागत माहिती स्पष्टपणे मौंज न झाल्याचे सांगते. ग्रंथ व्यासंगपूर्ण संकलन आहे; पण अधिकृत मानला जात नाही. युनेस्कोसाठी ज्ञानेश्वरीच्या फ्रेंच भाषांतरास कै. मामासाहेब दांडेकर यांच्या मार्गदर्शनाखाली सुरुवात केल्याची घोषणा त्यांनी केली होती. (सकाळ : २०.०५.५९)

११. डॉ. आय. एम. पी. रिसाईंड

मूळचे ब्रिटिश अध्यापक. लंडनच्या स्कूल ऑफ ओरिएंटल अँड आफ्रिकन स्टडीजचे भारतीय विद्यांचे अध्यापक. १९६४-६५मध्ये पंढरपुरात राहून कवी श्रीधरकृत 'पांडुरंग माहात्म्याचा' इंग्रजी अनुवाद कै. भा. पं. बहिरट यांच्या मार्गदर्शनाखाली केला. वारकरी आणि भागवत संप्रदायाच्या अनेक रचनाकार संतांना लोकप्रियता मिळाली. पण विठ्ठलभक्तीत तेवढ्याच तोलामोलाने रचना करणारे साक्षात्कारी स्थानीय संत, श्रीधर आणि प्रल्हाद बडवे यांना लोकमान्यता का मिळाली नाही, या त्यांच्या प्रश्नाचे उत्तर अद्याप अनुत्तरित आहे. १९६५मधील सत्यकथेत 'ज्ञानेश्वरी'मधील एक समस्या लेखाद्वारे सोडविण्याचा त्यांनी प्रयत्न केला.

१२. प्रा. इवानो शिमा

जपानच्या नागोया विद्यापीठातून एम.ए. केल्यानंतर पुणे विद्यापीठातून पीएच.डी. करण्यासाठी, न्यायशास्त्राचा अभ्यास करण्यासाठी पुण्यात आले. प्रा. मुसशी ताचीकावा आणि प्रा. किटागावा यांचे विद्यार्थी. 'महाराष्ट्राची दैवते', 'पंढरपूरचा विठ्ठल', 'विठ्ठलाचे नित्योपचार', 'महाराष्ट्र आणि विठ्ठल संप्रदाय' अशा अनेक जपानी लेखांतून वारकरी संप्रदायाचा त्यांनी अभ्यास व्यक्त केला. गेली दहा वर्षे जपानच्या कनाजावा विद्यापीठात भारतीय धर्म आणि संस्कृतीचे ते प्राध्यापक होते. पंचवीस वर्षांपूर्वी ते पुण्याला आले असताना ज्ञानेश्वरीच्या जपानी भाषांतराचा प्रकल्प त्यांनी हाती घेतला. कनाजावा विद्यापीठाच्या योजनेनुसार एका मराठी अतिथी प्राध्यापकाची जागा निर्माण करून वर्षभरात सहा अध्यायांचे भाषांतर पूर्ण केले. पुण्यातून भाषाशास्त्राची एक प्राध्यापिका या प्रकल्पासाठी गेली होती. अर्थातच 'गेल्या तीस वर्षांत सात अध्यायांचे मनाजोगे भाषांतर पूर्ण करून शकलो', असे प्रा. शिमा म्हणाले. जपानमधील 'टोयोता औद्योगिक प्रतिष्ठान'तर्फे आशियाई ग्रंथ प्रकाशन योजनेतून निधी मिळाल्यास पूर्ण ग्रंथ प्रकाशित करता येईल, अशी त्यांची योजना आहे. प्रा. शिमा मराठी उत्तम बोलत असत. उर्वरित ज्ञानेश्वरी प्रकल्पात प्रा. चिहिरो कोईसा त्यांना मदत करीत आहेत. प्रा. शिमा दुर्दैवाने मे, २००७मध्ये हृदयविकाराने निधन पावले. काम अपुरे राहिले.

१३. प्रा. शार्लोद वोदविले

ज्येष्ठ फ्रेंच प्राध्यापिका. वारकरी संप्रदाय, पंढरपूर आणि मराठी संतांच्या रचनांवर बरेच लिखाण त्यांनी केले आहे. एका भक्ती परिषदेच्या त्या अध्यक्ष होत्या. १९६९मध्ये त्यांनी ज्ञानदेवांच्या हरिपाठाच्या चिकित्सक आवृत्तीसाठी जुन्या पोथ्या गोळा केल्या. पाठभेद, साक्षेपी प्रस्तावना, रोमन संहिता आणि फ्रेंच भाषांतरासहित 'हरिपाठ' त्यांनी प्रसिद्ध केला. मराठी संतांच्या रचनेच्या चिकित्सक आवृत्तीचा हा भारताबाहेरचा पहिला प्रयोग होता. त्याच्या आधारावर कै. प्रा. बनहट्टींनी ज्ञानेश्वरीच्या चिकित्सक आवृत्तीचा प्रयोग खाजगी प्रयत्नांतून केला. पण तोही अपुरा राहिला. प्रा. वोदविले यांच्यावर नुकत्याच प्रसिद्ध झालेल्या गौरवग्रंथात मराठी संत साहित्यावर बरेच शोध लेख आहेत.

१४. प्रा. जॉन स्टॅन्ले

'ग्रेट महाराष्ट्रियन पिलग्रिमेज : आळंदी - पंढरपूर' असा शोधनिबंध त्यांनी १९८०च्या तीर्थयात्रेवरील आंतरराष्ट्रीय परिषदेत वाचला होता. पंढरपूरच्या आषाढी-कार्तिकी वारीवर त्यांनी काही निष्कर्ष काढले आहेत. ज्ञानेश्वरांच्या भागवत धर्मातील पायाभूत कार्याचा त्यांनी गौरव केला आहे.

१५. कॅथॉरिना किनले

प्रा. किनले या दक्षिण जर्मनीच्या भारतीय विद्याभ्यास विषयाच्या मूळच्या विद्यार्थिनी. मराठी संत साहित्य, पंढरपूरची वारी आणि मराठी लघुकथा हे त्यांचे आवडीचे विषय. ख्यातनाम साहित्यिका दुर्गा भागवत यांच्याशी त्यांचा खूप स्नेह होता. कै. डॉ. शं.गो. तुळपुळे यांच्याकडून मराठीची आणि संत साहित्याची गोडी लागल्याने त्या मान्य करतात. भक्ती परिषद आणि महाराष्ट्र परिषदेला नियमितपणे हजर राहून शोध निबंध वाचतात. डॉ. किनले यांनी अलीकडेच 'ज्ञानेश्वर स्टडीज' ग्रंथाच्या तीन खंडांतून ज्ञानेश्वरांच्या अभंग गाथांचे चिकित्सात्मक अध्ययन केले आहे. 'ज्ञानेश्वरीकार' आणि 'बाप रखुमादेविवरू'कार ज्ञानेश्वर वेगळे असावेत की काय असे वाटते, असे त्यांचे मत आहे. नुकत्याच त्या पुण्यात येऊन गेल्या. मराठी दैवतांवर त्या सध्या संशोधन-लिखाण करीत आहेत.

१६. डॉ. चिहिरा कोईसा

जपानच्या तोक्यो विद्यापीठाची ही तरुणी पुणे विद्यापीठातून १९९६च्या मे महिन्यात 'ज्ञानेश्वरांच्या भक्तिविषयक तत्त्वज्ञानाचे सामाजिक परिणाम' या विषयावर प्रबंध सादर करून डॉक्टरेट झाली. दोन वर्षे पुणे विद्यापीठाच्या तत्त्वज्ञान विभागाच्या

डॉ. तळघट्टींच्या मार्गदर्शनाखाली काम करीत होती. मराठीचे आरंभीचे धडे आणि ज्ञानेश्वरीचा अभ्यास कै. डॉ. तुळपुळे यांच्याकडे घेतला. त्यानंतर तिचे पती डॉ. तानाका यांनी डेक्कन कॉलेजमधून पुरातत्त्व विषयावर पीएच.डी. केली. डॉ. शिमाच्या ज्ञानेश्वरी जपानी भाषांतराच्या प्रकल्पात त्या सध्या काम करत आहेत.

१७. डॉ. ऑन फेल्डहाउस

अमेरिकेच्या ऑरिझोना विद्यापीठाच्या भारतीय विद्येच्या प्राध्यापिका. १९७०मध्ये त्या प्रथम भारतात, म्हणजेच महाराष्ट्रात आल्या. तेव्हापासून सातत्याने त्या प्रतिवर्षी अभ्यासाचे निमित्ताने येत आहेत. 'ऋद्धिपूरदर्शन' (महानुभावपंथ), 'संत बहिणाबाई', 'वॉटर डेइटीज' असे अनेक ग्रंथ त्यांच्या हातून तयार झाले आहेत. 'भक्ती परिषद' आणि 'महाराष्ट्र परिषद' या आंतरराष्ट्रीय परिषदांच्या त्या संस्थापक सदस्य आहेत. डॉ. गुंथर सोन्थायमर यांच्या मृत्यूनंतर त्यांचे अपुरे राहिलेले कार्य त्या पूर्ण करीत आहेत. काही वर्षांपूर्वी 'ओल्ड मराठी डिक्शनरी'चा एक महत्त्वाकांक्षी प्रकल्प त्यांनी डॉ. तुळपुळे, डॉ. पेठे यांचे साहाय्याने सुरू केला. जुन्या मराठीच्या इ.स. १००० ते १३५० या खंडातील मराठी शब्दांचा इंग्रजी शब्दकोश त्यांनी सुरू केला आणि पूर्ण केला. यात महानुभाव, विवेकसिंधू, ज्ञानेश्वरी, नामदेवगाथा हे महत्त्वाचे ग्रंथ येतात. त्यातील शब्दांचा सांगोपाग अभ्यास त्यांनी १८०० पानांच्या या कोशात प्रसिद्ध केला आहे. हा ग्रंथ म्हणजे आदिकालीन मराठीचे लेणे म्हणावा लागेल. गेली दोन वर्षे त्या महाराष्ट्रातील लोकदेवतांच्या मौखिक परंपरांचा अभ्यास करीत आहेत. या क्षेत्रात त्यांचे नाव मोठे आहे. त्याखेरीज मराठी हस्तलिखिताचा युनियन कॅटलॉगचे काम त्या करीत आहेत. (५ खंड) त्यामुळे मराठी अभ्यासकांना मूळ हस्तलिखिते कुठे मिळतील याची सोय होणार आहे. (२ खंड प्रसिद्ध)

१८. डॉ. इरिना ग्लुश्कोव्हा

रशियाच्या राजधानीतील मॉस्को नगरच्या या रहिवासी. तेथील इण्डॉलॉजी सेंटरच्या मराठी-हिंदीच्या प्राध्यापिका. गेली आठ-दहा वर्षे त्या प्रतिवर्षी संशोधन प्रकल्प घेऊन पुण्यात येतात. मास्कोतील १९९५मधील महाराष्ट्र परिषदेच्या त्या निमंत्रक होत्या. शरद पवार उद्घाटनाला आले होते. त्यांचा सुरुवातीचा काळ संत तुकारामांचे अभंग अभ्यासण्यात गेला. ज्ञानेश्वर-तुकारामादी संतांच्या सामाजिक कार्यावर त्यांनी लक्ष केंद्रित केले. वारकरी संप्रदाय, पंढरपूर वारी, ज्ञानेश्वर, तुकाराम यावर त्यांनी रशियन भाषेतून लेख लिहिले. पुण्याच्या भारत इतिहास संशोधक मंडळात त्यांना आळंदी क्षेत्रावरचे संस्कृत माहात्म्य मिळाले. त्याचा

चिकित्सक अभ्यास करून त्यांनी भांडारकर जर्नलमध्ये प्रसिद्ध केले. डॉ. इरिना महाराष्ट्र परिषदेच्या नियमित सदस्य आहेत. सध्या त्या जनाबाईवर काम करत आहेत. त्या मोडीलिपीही शिकल्या आहेत.

या संशोधकांशिवाय प्रा. एरिक सॅन्ड (डेन्मार्क), प्रा. गुंथर सोन्थायमर (जर्मनी), जॉर्जिया झोग्राफ (रशिया), प्रा. मॅलिसन (फ्रान्स), प्रा. विनान्द कॅलेवर्ट (बेल्जियम), मोनिका हास्टर्मन, मायकेल मार्टिनस, प्रा. स्कायहॉक (जर्मनी), प्रा. एलिनार झेलीएट, प्रा. रेमण्ड क्रोव, प्रा. चार्लस पेन, प्रा. ख्रिश्चन नोव्हेटस्की, डॉ. ॲना शूल्ट्झ (अमेरिका) या संशोधकांचे कार्य भागवत-वारकरी संप्रदायाशी संबंधित आहे.

या सर्व अभ्यासकांच्या संशोधनांचे, त्यांच्या निष्कर्षांचे अध्ययन व्हायला हवे. संत साहित्याच्या केवळ परंपरागत अभ्यासाचा विचार न करता विदेशी चिकित्सक अध्ययनाची बाजूही लक्षात घ्यायला हवी.

★ ★ ★

१०

समारोप

संत ज्ञानदेवांचे जीवन खूपच क्लेशकारक वाटते. एका साध्या गोष्टीसाठी समाजाने पूर्ण कुटुंब वाळीत टाकले. ज्या मुलांचे आजोबा तत्कालीन कारभाराचे अधिकारी होते, त्यांचा प्रभाव समाजाने धुडकावून लावला. वयाच्या पंधरा वर्षांच्या आतील चारही भावंडांना आळंदीबाहेरील सिद्धबेटावर बहिष्कृतांसारखे झोपडी बांधून राहावे लागले. पोटासाठी भिक्षा मागावी लागली. न्याय मागण्यासाठी गेलेल्या आईवडिलांना देहान्त प्रायश्चित्ताची, आत्महत्येची कठोर शिक्षा ऐकवली. गुन्हा काय, तर या बालकांच्या पित्याने संन्यासाश्रम त्यागून गृहस्थाश्रम स्वीकारला, तोही गुरूच्या आग्रहावरून स्वीकारला. म्हणून ही मुले 'संन्याशाची मुले' झाली.

आईवडिलांच्या मृत्यूनंतर सामाजिक न्याय मागण्यासाठी पैठणपर्यंत जावे लागले. जाताना त्र्यंबकेश्वरमध्ये गुहेत मोठे बंधू निवृत्तिनाथांनी गहिनीनाथांकडून कोवळ्या वयातच नाथपंथासारखा शिव-शक्तीच्या भक्तीचा कठोर योग मार्गाचा स्वीकार केला आणि कर्तव्य म्हणून लहान भावंडांना त्याची संथा दिली.

शरीरे भिन्न असली तरी आत्मा एकच असतो, श्रद्धा विविध प्रकारची असली तरी ईश्वर एकच असतो, अशी भावना एवढ्या लहान वयात निर्माण झाल्यावर समाजाला पटवून देण्यासाठी मोठ्या बंधूंच्या आज्ञेवरून 'रेड्यामुखी वेदपठण' यासारखा लोकविलक्षण चमत्कार करून दाखवावा लागला. परिणामतः सामान्य जनांना मोठेपण पटले. या सर्व अनुभवांना शब्दरूप देण्यासाठी तीन वर्षे नेवासा येथे राहून वैश्विक रूपदर्शन घडवणाऱ्या भगवद्गीतेवर टीका केली. 'भावार्थ दीपिका' हा गीतेचा केवळ अनुवाद नसून गीतेवरचे स्वतंत्र भाष्य आहे. ज्यामध्ये विविध धर्मप्रवाह, वैचारिक तत्त्वदर्शन घडून येते, असा ग्रंथ जो पुढे 'ज्ञानेश्वरी' नावाने लोकप्रिय झाला. गेली साडेसातशे वर्षे हीच स्थिती कायम

आहे. नंतर आध्यात्मिक जीवनाचा 'अमृतमय अनुभव' घेऊन अमृतानुभवाची (अनुभवामृताची) रचना केली. योगी शिष्याचा अभिमान उतरवण्यासाठी 'चांगदेव पासष्टी' लिहून ६५ श्लोकांचे पत्र लिहून योगिराज चांगदेवांना आत्मरूप दाखवले. सर्वसामान्यांसाठी कर्मठ पूजा-अर्चांचा त्याग करून केवळ श्रद्धापूर्वक हरिनामाचा जयघोष करण्यासाठी हरिपाठ लिहिला.

चमत्कार आणि अपूर्व लेखन यांमुळे कुठेही गर्व, अभिमान दाटून आला नाही. वयाच्या पंधराव्या वर्षी (शके ११९७ ते १२१२) भक्ती संप्रदायासाठी (वैष्णवपंथासाठी) अभंगादी रचना करून विठ्ठलभक्तीचा नवा मार्ग सुरू केला. पूर्व काळातील चमत्कारातून प्रतिष्ठा प्राप्त झाली. आता जीवनात स्थिरता आली, समाजमान्यता मिळाली. लोक सन्मानपूर्वक वागवू लागले.

अशा वेळी जीवन संपविण्याचा विचार आला. जो ईश्वर अमरत्व देतो, त्याच्याच हस्ते जीवन संपवण्याचा घाट घातला आणि संजीवन समाधी सोहळ्यातून प्रत्यक्षदर्शी व्यक्तिमत्त्व संपवले.

जीवनात एवढी प्रचंड उलथापालथ कोणत्याच संताच्या वाट्याला आली नाही. आज साडेसातशे वर्षे झाली; आळंदीच्या माउलीच्या मंदिराची पायरी चढताना माउलीभेटीचा आनंद, तत्त्वज्ञानाचा साक्षात्कार होतो, तर दुसरीकडे कर्मठ समाजाने केलेल्या छळाचे दुःख होते.

ही लेखनसेवा संत ज्ञानदेवांचरणी समर्पित करून इथेच लेखणी थांबवतो!

★ ★ ★

संदर्भसूची

१.   डॉ. अशोक कामत : 'समाधीतील स्पंदने', चर्चासत्र

२.   डॉ. शिरीष कवडे : लघुग्रंथ सप्तक, १९९७

३.   डॉ. शिरीष कवडे : लघुग्रंथत्रयी, १९९७

४.   गं. दे. खानोलकर : मराठी वाङ्मय कोश (खंड पहिला/१९७७) मुंबई

५.   मुक्ता गरसोळे : समाधीतील स्पंदने चर्चासत्र, शोधनिबंध

६.   सुधीर भोंगळे : कैवल्याचा पिंपळ (राष्ट्रवादी मासिक, मुंबई, २०१६)

७.   वा. ल. मंजूळ : आळंदी माहात्म्य सार, २०१६

८.   वा. ल. मंजूळ : ज्ञानेश्वर सहस्त्र नामावली, २०१८

९.   वा. ल. मंजूळ : अमृतानुभव (वासुदेवी टीका) आळंदी देवस्थान

१०.   वा. ल. मंजूळ : संत एकनाथांची आळंदी यात्रा (बापरखुमावरू, शके १९८९)

११.   वा. ल. मंजूळ : शोध समाधीचा (कैवल्य बोध, नोव्हेंबर २००५)

१२.   वा. ल. मंजूळ : ज्ञानेश्वरविषयक आरत्या (बापरखुमावरू, शके १९३०)

१३.   वा. ल. मंजूळ : ज्ञानेश्वरांचे नावावरील दुर्मीळ हस्तलिखिते, जीवन ज्योत,
      दिवाळी अंक २०१०

१४.   डॉ. रा. श्री. मोरवंचीकर : 'समाधीतील स्पंदने' चर्चासत्र

१५.   वा. ल. मंजूळ, आळंदी देवस्थान : ज्ञानेश्वर महाराज पालखी सोहळा,
      आळंदी (ईश्वरनिष्ठांच्या पाऊलखुणा)

१६.   वा. ल. मंजूळ : कथा संत-पंथ-दैवतांच्या